हे सर्व पुस्तक पाश्चात्य पद्धतीच्या ज्योतिषविद्येप्रमाणे लिहिले आहे. मात्र त्यात त्यांच्याकडे नसलेले राहू,केतू ग्रह व त्यांचे परिणाम समाविष्ट केले आहेत. यातील राशी या सौर राशी आहेत भारतीय ज्योतिषविद्येत चांद्र राशी वापरल्या जातात. राशींची नावे तीच असली तरी प्रत्येकाची सौर रास व चांद्र रास वेगळी असते.

चला जाणून घेऊ या!

ज्योतिषविद्या

मूळ इंग्रजी लेखक

विजय कुमार

अनुवाद

शरद गोगटे

मेहता पब्लिशिंग हाऊस

All You Wanted To Know About **Astrology** by Vijay Kumar
Originally published by Sterling Publishers Pvt. Ltd., New Delhi.
Translated in Marathi Language by Sharad Gogate

चला जाणून घेऊ या! ज्योतिषविद्या

अनुवाद : शरद गोगटे
१२०२/ब, सदाशिव पेठ, लिमयेवाडी, पुणे- ३०

प्रकाशक : सुनील अनिल मेहता, मेहता पब्लिशिंग हाऊस, १९४१, सदाशिव पेठ, माडीवाले कॉलनी, पुणे – ४११०३०
©०२०-२४४७६९२४
E-mail : info@mehtapublishinghouse.com
Website:www.mehtapublishinghouse.com

मुद्रक : मुद्रा, ३८३, नारायण पेठ, पुणे – ४११०३०.

मुखपृष्ठ : मेहता पब्लिशिंग हाऊस, पुणे.

प्रकाशनकाल: जानेवारी, २००६ / फेब्रुवारी, २००७ / नोव्हेंबर, २००९ / फेब्रुवारी, २०१३ / पुनर्मुद्रण : एप्रिल, २०१६

किंमत : ₹ ६०/-

P Book ISBN 9788177666526

प्रस्तावना

हे पुस्तक म्हणजे कोणाही व्यावसायिक जाणकाराने सादर केलेला ज्योतिषविद्येचा सांगोपांग अभ्यास नव्हे. विविध पुस्तकांतून जमविलेल्या माहितीच्या आधारे मी स्वत: ज्योतिषविद्येची बांधलेली अनुमाने या पुस्तकात, सर्वसामान्य वाचकांसाठी, दिली आहेत.

ज्योतिषविद्येच्या प्रत्येक अंगाची मुद्देसूद माहिती सोप्या भाषेत मांडलेली आहे. खोल अभ्यास करून लिहिलेली जड गंभीर पुस्तके वाचायला ज्यांना वेळ नाही अशांसाठी सहज पटकन वापरता येईल असा हा दर्शक (reckone) आहे.

या पुस्तकातील माहितीत काही कमी जास्त फरक आढळल्यास त्याबद्दल मी अथवा माझे प्रकाशक जबाबदार नाही हे स्पष्ट केले पाहिजे. कोणाच्याही नजरेस काही चुका दिसून आल्या तर त्या जरूर कळवाव्यात. सर्व प्रकारच्या सूचनांचा आम्ही सादर विचार करू.

-विजय कुमार

अनुक्रमणिका

उपोद्घात

ज्योतिषविद्या ही एक जीवनदृष्टी आहे. शास्त्र, कला आणि तत्त्वज्ञान या तिन्हीचा संयोग ज्योतिषविद्येत दिसतो. सूर्यमालेचा जीवसृष्टीवर होणारा परिणाम आणि मानवी व्यवहार व पृथ्वीवरील घटना यात दिसून येणारे त्याचे प्रत्यय यांचा अभ्यास ज्योतिषविद्येत केला जातो.

जीवनाच्या विविध क्षेत्रात वावरताना मन, शरीर, आणि आत्मा यांचा सुसंगत मेळ साधता यावा यासाठी ज्योतिषविद्या मार्गदर्शक ठरू शकते. त्यामुळे एखाद्याचा भूतकाळ उघडून दाखवता येतो त्याचप्रमाणे त्याच्या भावी जीवनातील घटनांचा अंदाज बांधता येतो. ही भाकिते निरिक्षण, आकलन, गणित आणि प्रयोग यावर अवलंबून असतात. या भाकितांच्या आधारे वेळेवारी योग्य ती पावले उचलून संभाव्य संकटांवर मात करण्याची तयारी करणे शक्य होते. या प्रकारे अधिक स्वस्थ आणि प्रसन्न आयुष्य जगता येते.

प्राथमिक माहिती

ज्योतिषविद्येच्या तपशिलात जाण्यापूर्वी काही प्राथमिक माहिती व पारिभाषिक शब्दांची माहिती करून घेणे आवश्यक आहे. आपला विषय समजून घेण्याच्या दृष्टीने खालील संज्ञा जाणून घेणे उपयुक्त ठरेल.

राशी चक्र (Zodiac)

★ झोडिॲक् या शब्दाचा मूळ अर्थ 'प्राण्यांचे चक्र' असा आहे. या प्रकारे प्राचीन ग्रीक ज्योतिष शास्त्रज्ञांनी खगोलाच्या विविध कक्षांचे नामकरण केले होते. भारतात यातील एकेका कक्षाला एकेका राशीचे नाव असून सर्व राशींचे मिळून राशीचक्र मानले जाते.

★ राशीचक्रात बारा कक्ष आहेत. या प्रत्येक कक्षात काही तारकसमूहांचा समावेश असतो.

ग्रह (Planets)

★ तुमच्या पत्रिकेची किंवा कुंडलीची ऊर्जा म्हणजे ग्रह. तुमच्या आयुष्यक्रमात ही ऊर्जा सतत कार्यरत असते आणि तिचा तुमच्या आणि इतरांच्या आयुष्यावर परिणाम होत असतो.

★ 'प्लॅनेट' या शब्दाचा मूळ अर्थ 'भटकणारा' किंवा 'भ्रमण करणारा' असा आहे. हे आकाशात दिसणारे गोल सूर्याभोवती प्रदक्षिणा करत सतत फिरत असतात. आपल्याकडे त्यांना ग्रह (म्हणजे विशिष्ट गती धारण करणारे) अशी संज्ञा आहे.

★ या प्रत्येक ग्रहाला काही विशिष्ट अर्थ व महत्त्व आहे. ज्योतिषविद्येत एकूण खालील प्रमाणे ग्रह आहेत.

रवि चंद्र बुध शुक्र मंगळ

गुरु शनि राहू केतू

स्थाने (Houses)

★ नाडीमंडळाचे (खगोलीय विषववृत्ताचे) बारा एकसारखे भाग

पाडून त्यांना (पत्रिकेतील) स्थाने ही संज्ञा दिलेली आहे.

★ या स्थानांना उजवीकडून डावीकडे (घड्याळाच्या विरुद्ध

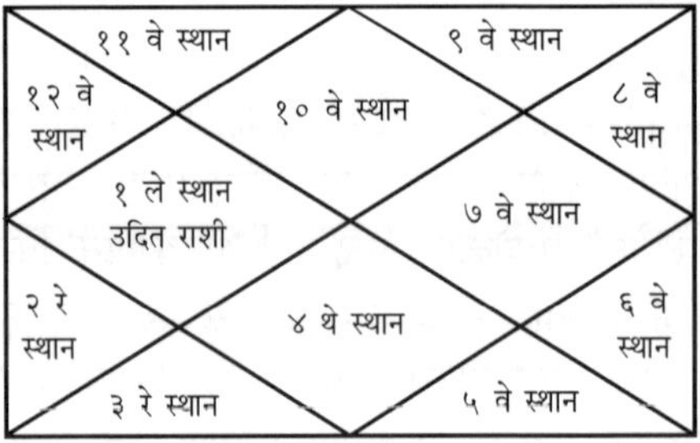

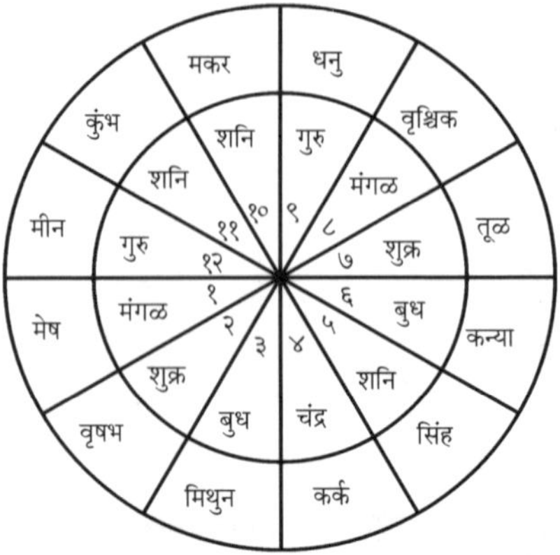

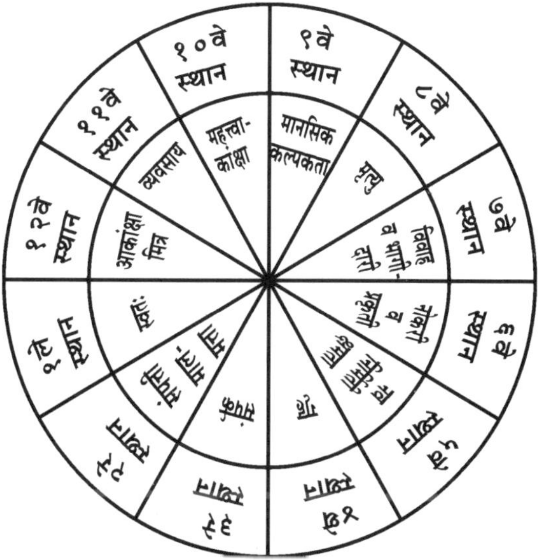

पत्रिकेतील स्थाने व त्यांची परिणाम क्षेत्रे

दिशेने) एक ते बारा क्रमांक दिलेले असतात.

★ या प्रत्येक स्थानाशी निगडित राशीचक्रातील एकेक राशी असते आणि त्या प्रत्येक राशीचा एकेक ग्रह स्वामी असतो.

★ पुढील आकृतीत एकेका क्रमांकाच्या स्थानात असलेली एकेक राशी व तिचा स्वामी असलेला ग्रह दाखविला आहे.

उदित लग्न

★ हे कोणत्याही पत्रिकेतील पहिले स्थान असते.

★ पत्रिकेत हे स्थान पूर्व क्षितिजाचे दर्शक असते.

★ या स्थानी जी राशी जन्माच्या वेळी उदित असते त्या राशीवैशिष्ट्याप्रमाणे व्यक्तिमत्त्व दिसून येते.

अस्त लग्न

★ कोणत्याही पत्रिकेतील सातवे स्थान हे अस्त लग्न स्थान असते.

★ पत्रिकेत हे स्थान पश्चिम क्षितिजाचे दर्शक असते.

★ सामान्यत: या स्थानावरून आपले इतरांशी संबंध कसे असतील हे दिसून येते.

इतरांशी आलेल्या संबंधातूनच आपल्या संपूर्ण जीवनाची जाण होत असते.

★ ही सूर्याची दृश्यमान होणारी भ्रमण कक्षा होय.

★ हीच पृथ्वीचीही कक्षा असते.

दृष्टियोग

★कुंडलीतील दोन ग्रहांतील अंशात्मक अंतराचा दृष्टी असा उल्लेख केला जातो.

★ राशीचक्राच्या ३६०°चे सारखे बारा भाग केलेले असतात. याप्रमाणे केलेल्या प्रत्येक ३०°च्या भागात एकेक राशी असते.

★ ज्योतिषविद्येमध्ये ग्रहांचे दृष्टियोग लक्षात घेऊन ग्रहबलांचा आयुष्यक्रमांवर होणारा परिणाम भविष्यकथनात विचारात घेतात.

क्रांतिवृत्त

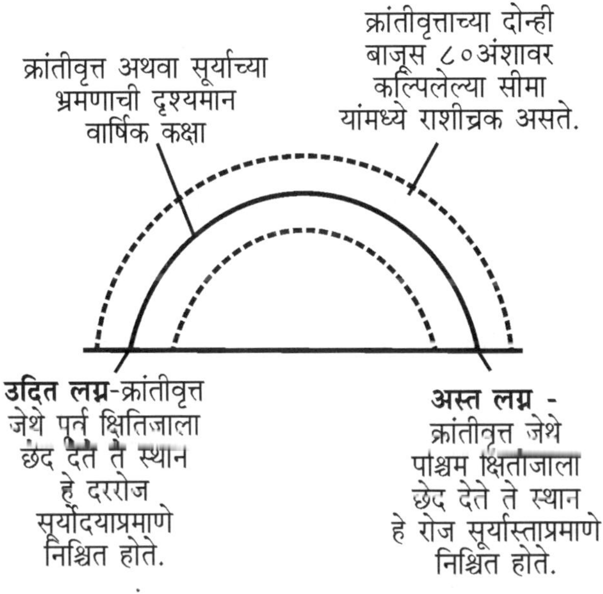

युती

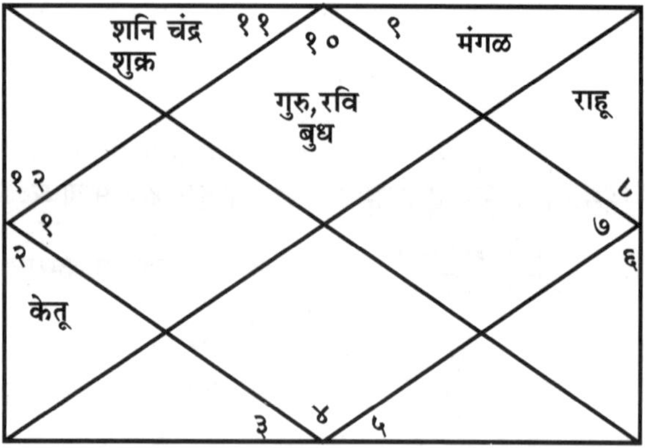

वरील पत्रिकेत शनि, चंद्र, शुक्र यांची ११व्या स्थानी युती दिसते

★ दोन ग्रह जेव्हा एकाच राशीत (अगर+८ अंशात) स्थित असतात. तेव्हा त्यांची युती झालेली आहे असे समजले जाते. याचा अर्थ ते दोन ग्रह जवळजवळ एकाच ठिकाणी आहेत असे मानले जाते.

★ युतीमुळे ग्रहांच्या ताकदीत व त्यांच्या प्रखरपणात वाढ होते.

राशी व घटकतत्त्वे यांचे संबंध

★ राशीचक्रातील बारा राशी या वायू, पृथ्वी, अग्नि व जल या चार घटक तत्त्वात विभागलेल्या आहेत. तुमचा स्वभाव व व्यक्तिमत्त्व यावर त्यांचा परिणाम होत असतो. एकाच अथवा संवादीघटक तत्त्वांच्या राशींचे एकमेकांशी चांगले जुळते.

घटकतत्त्वे				
घटकतत्त्वे	**वायु**	**पृथ्वी**	**अग्नि**	**जल**
स्वभाव विशेष	संपर्क साधणारा, बोलका, संबंध जोडणारा आणि राखणारा	व्यवहारी सावध संतुलित	आपलेच म्हणणे खरे करणारा स्फूर्ती देणारा निर्मितीक्षम	भावनिक, हळवा दुसऱ्याचा सहानुभुती-पूर्वक विचार करणारा
राशी	मिथुन तूळ	वृषभ कन्या	मेष सिंह	कर्क वृश्चिक

पर्व/संधी

★ दोन राशी अगर दोन स्थाने या मधील अवकाशाला पर्व/संधी म्हणतात.

★ प्रत्येक राशी, राशीचक्रातील ३०° व्यापते हे आपणास माहिती आहे. तुमच्या पत्रिकेतील उदित लग्नात रवि मेष राशीच्या २९° अंशावर असला तर तो वृषभ या पुढील राशीच्या पर्वावर/

संधीवर आहे. अशा परिस्थितीत तुमच्या व्यक्तिमत्त्वात मेष आणि वृषभ अशा दोन्ही राशींचे स्वभावविशेष असू शकतात.

ग्रहनक्षत्र स्थितीदर्शक (Ephemeris)

★ हे फार महत्त्वाचे संदर्भ पुस्तक आहे. यात सूर्य, चंद्र, इतर सर्व ग्रह व नक्षत्रे यांच्या संदर्भात दिवस व कालाप्रमाणे त्यांची खगोलीय स्थिती दर्शविणारा ज्योतिषशास्त्रीय तपशील दिलेला असतो. या तपशिलाच्या आधारे ज्योतिषांना विविध ग्रह नक्षत्रांच्या प्रत्यक्ष स्थानांची माहिती गणिताने काढता येते.

मध्यलग्न (Mid-Heaven)

★ तुमच्या पत्रिकेतील सर्वोच्च अंश दर्शविणारे स्थान. याला 'दहाव्या स्थानाचे पर्व/संधी' असेही म्हटले जाते. यावरून तुमचे संभाव्य व्यावसायिक यश व तुमचे व पित्याचे संबंध यांची कल्पना येऊ शकते.

पाताळलग्न (Nadir)

★ तुमच्या पत्रिकेतील मध्यलग्नाच्या तंतोतंत विरुद्ध स्थान म्हणजे पाताळ लग्न. याला'चतुर्थ स्थानाचे पर्व/संधी' असेही म्हटले जाते. यावरून तुमचे कौटुंबिक वातावरण, विशेषतः तुमचे आणि आईचे संबंध व कौटुंबिक जीवन यांची कल्पना येऊ शकते.

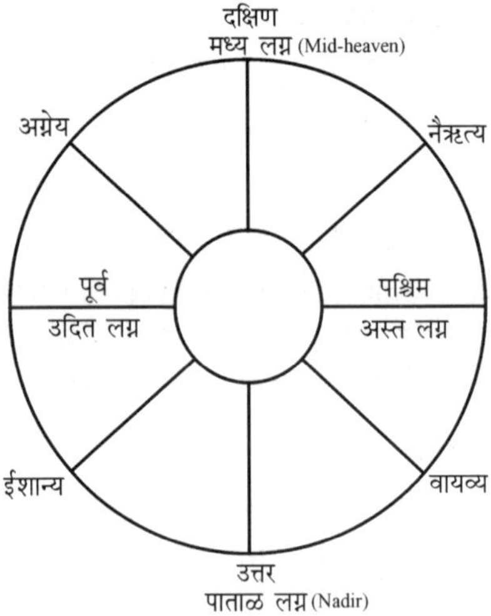

स्वामित्त्व

★ विविक्षित ग्रहाशी निगडित स्थान वा राशी यावर त्याचे स्वामित्त्व असते असे म्हणतात. उदा. शनि हा मकरेचा स्वामी आहे.

ग्रहस्थिती (Transits)

★ कोणत्याही विविक्षित वेळी ग्रहनक्षत्रांची जी प्रचलित स्थिती असते तिचा उल्लेख ग्रहस्थिती असा केला जातो.

■

पत्रिका मांडायची कशी?

प्राथमिक कृती

★ प्रथम एक मोठे वर्तुळ काढा.

★ वर्तुळाच्या मध्यावर एक छोटे वर्तुळ काढा. ही पृथ्वी.

★ मग वर्तुळाच्या बरोबर मध्यातून जाणारा एक उभा व एक आडवा व्यास काढा. यामुळे वर्तुळाचे चार सारखे भाग होतील.

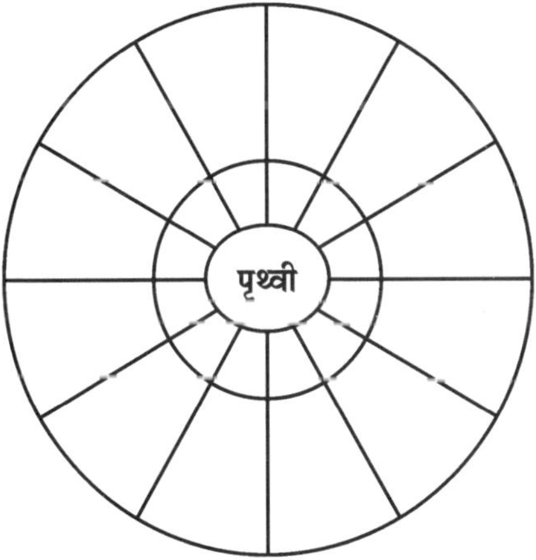

★ या प्रत्येक भागाचे तीन सारखे भाग करा म्हणजे वर्तुळाचे एकूण सारखे बारा भाग होतील.

★ पृथ्वीच्या छोट्या वर्तुळाभोवती एक थोडे मोठे वर्तुळ काढा.

वर्तुळाकृती तक्ता - कुंडली काय दर्शविते?

★ कोणतीही घटना ही एखाद्या विशिष्ट ठिकाणी व विशिष्ट वेळी घडत असते. भौगोलिक दृष्ट्या हे घड्याळ व नकाशा यांच्या आधारे निश्चित करता येते.

★ ज्योतिषविद्येत यासाठी अधिक काटेकोर पद्धत अवलंबिली जाते. प्रत्यक्ष घटनेच्या वेळी सूर्यमालेतील सर्व ग्रह विविक्षित स्थलकालाच्या संदर्भात खगोलीय कालमापनानुसार कसे आणि कोठे आहेत हे पत्रिकेत मांडले जाते. याला नक्षत्रकाल (Sidereal Time) म्हणतात.

★ समजा एक व्यक्ती २ जुलै १९०३ रोजी १७ वाजून ५० मिनिटांनी उत्तर ५२°.५० पूर्व ०°.३१ या स्थानांवर जन्म पावली. आंतरराष्ट्रीय प्रमाण वेळेच्या (ग्रीनविच मीन टाईम) संदर्भात ही वेळ नोंदलेली आहे.

★ ही प्रमाणवेळ नाक्षत्रकालात बदलून घेतली पाहिजे.

पत्रिका मांडणे

नाक्षत्रकाल निश्चित करणे.

★प्रमाणवेळ नाक्षत्रकालात बदलून घेण्यासाठी पुढील सूत्र वापरले जाते.

S + T + A + R

S = ताऱ्याची घटिका वेळ

T = घटनेची स्थानिक वेळ

A = गृहित वेळेवरील वाढवा

R = रेखांशांप्रमाणे करावयाचा बदल

★ S किंवा ताऱ्याची घटिका वेळ ही विविक्षित तारखेच्या ठीक मध्यरात्री (०वा.०मि.) नाक्षत्रकाल पत्रकात जी दर्शविले जाते ती. (पृष्ठ १९ वर नाक्षत्रकाल पत्रकाचा नमुना दिला आहे) पृष्ठ १९ वरील पत्रकात २ जुलैच्या मध्यरात्रीचा नाक्षत्रकाल १८.३६ असा दिला आहे. परंतु पत्रकाच्या तळटीपेत ज्या वर्षांसाठी पत्रकातील वेळांतून १ मि. कमी करायचे आहे. त्यात १९०३ चा समावेश आहे. त्याप्रमाणे २ जुलै १९०३च्या मध्यरात्रीचा नाक्षत्रकाल (१८.३६-०.०१) १८.३५ असा येतो. तो आपण नमूद करू या.

★ T ही घटनेची स्थानिक वेळ होय. आपल्या उदाहरणाप्रमाणे ही स्थानिक वेळ १७.५० अशी आहे. ही आपण १८.३५ खाली नोंदवूया.

★ A हा गृहित वेळेवरील वाढवा दर्शवितो. प्रमाणवेळ व नाक्षत्र-काल यात मध्यरात्रीनंतर दर तासाला १० सेकंद इतका वाढवा

Sidereal Timetable (नाक्षत्रकाल) -Sample

For 1902, 1906, 1910, 1914, 1918, 1922, 1927, 1931, 1935, 1939, 1943, 1947

Dec.	Jan	Feb	Mar	Apr	May	June	July	Aug,	Sep	Oct	Nov	Dec
1	6 39	8 41	10 31	12 34	14 32	16 34	18 32	20 35	22 37	0 35	2 37	4 36
2	6 43	8 45	10 35	12 37	14 36	16 38	18 36	20 38	22 41	0 39	2 41	4 39
3	6 47	8 49	10 39	12 41	14 40	16 42	18 40	20 42	22 45	0 43	2 45	4 43
4	6 51	8 53	10 43	12 45	14 44	16 46	18 44	20 46	22 49	0 47	2 49	4 47
5	6 54	8 57	10 47	12 49	14 48	16 50	18 48	20 50	22 53	0 51	2 53	4 51
6	6 58	9 01	10 51	12 51	14 52	16 54	18 52	20 54	23 56	0 55	2 57	4 55
7	7 02	9 05	10 55	12 55	14 55	16 58	18 56	20 58	23 00	0 59	3 01	4 59
8	7 06	9 09	10 59	13 59	14 59	17 02	19 00	21 02	23 04	1 03	3 05	5 03
9	7 10	9 12	11 03	13 03	15 03	17 06	19 04	21 06	23 08	1 07	3 09	5 07
10	7 14	9 16	11 07	13 07	15 07	17 10	19 08	21 10	23 12	1 11	3 11	5 11

For 1903, 1907, 1911, 1915, 1919, 1923 deduct 1 minute from above table

For 1901, 1905, 1909, 1913, 1917, 1921 add 1 minute to above table.

असतो. याचा अर्थ स्थानिक वेळ १७ वा. ५० या साठीचा वाढवा २ मि. ५६ सेकंद इतका आहे. तो हिशेबाच्या सोयीसाठी ३ मि. इतका धरूया व हा आकडा आधीच्या दोन आकड्यांखाली : लिहू या.

१८.३५
१७.५०
००.०३

★ R हा रेखांशाप्रमाणे करावयाचा बदल दर्शवितो. दर रेखांशाला ४ मि. या प्रमाणे हा बदल मोजला जातो. आपल्या उदाहरणातील जन्मस्थान ०°३१ म्हणजे सुमारे ग्रीनविच पासून पूर्व पासून ½ रेखांशावर आहे. दर रेखांशाला ४ मि. या सूत्राप्रमाणे ½ रेखांशासाठी आपल्या ०.०२ मि. हा बदलाचा आकडा मिळतो. आपल्या आधीच्या आकड्यांच्या यादीत हा पण मिळवूया. म्हणजे आता आपल्याला खालीलप्रमाणे आकडे मिळतात.

१८.३५	९० मि. = १.३० म्हणून
१७.५०	
००.०३	३५.००
००.०२	+०१.३०
३५.९०	३६.३०

★ याप्रमाणे एकूण ३५ ता. ९० मिनिटे अशी बेरीज आपल्याला मिळते. यातील ९० मिनिटे तास आणि मिनिटात रूपांतरित केल्यास आपल्याला १ता.३०मि. मिळतात. ही ३५ तासात मिळवल्यावर आपल्याला ३६ ता. ३०मि. अशी वेळ मिळते.

★ परंतु वेळ ही २४ तासांच्या सीमेने बांधलेली आहे म्हणून आपण ३६ ता.३० मि. मधून २४ तास वजा करू या.

```
  ३६.३०
- २४.००
-------
  १२.३०
```

म्हणून आपल्या उदाहरणातील व्यक्तीच्या पत्रिकेसाठी १२.३० ही नाक्षत्रवेळ (Sidereal Time) निश्चित केली पाहिजे.

पर्व/संधींच्या नोंदी

★ पृष्ठ. २२ वर मॉरिनस टेबलमध्ये राशी व त्यांचे पर्व/संधी यांचे अंश दिले आहेत.

★ आपण उदाहरणादाखल घेतलेल्या व्यक्तीच्या जन्मवेळेच्या संदर्भात बघायचे तर सुरवातीच्या रकान्यात १२.३० ही नाक्षत्रवेळ (S.T.) वेळ दिसत नाही परंतु त्या वेळेच्या अगदी नजीकच्या अशा १२.२८ व १२.३२ या वेळा दिसतात.

★सुरवातीच्या रकान्यानंतरच्या क्रमांक १च्या रकान्यात पहिल्या पर्व/संधी यांच्या नोंदी आहेत.

Morinus Table of Houses (Sample)						
0	1	2	3	4	5	6
12 0	0 ♑ 0	2 ♒ 11	2 ♓ 5	0 ♈ 0	27 ♈ 55	27 ♉ 49
12 4	1 5	3 13	3 3	0 55	28 53	28 52
12 8	2 11	4 16	4 0	1 50	29 49	29 54
12 12	3 16	5 18	4 57	2 45	0 47	0 ♊ 57
12 16	4 22	6 20	5 54	3 40	1 45	2 0
12 20	5 27	7 21	6 50	4 35	2 43	3 3
12 24	6 32	8 23	7 47	5 31	3 41	4 7
12 28	7 37	9 24	8 43	6 26	4 39	5 10
12 32	8 43	10 25	9 40	7 21	5 38	6 14
12 36	9 43	11 26	10 36	8 16	6 36	7 18
12 40	10 53	12 27	11 33	9 11	7 35	8 22
12 44	11 58	13 27	12 28	10 7	8 34	9 26
12 48	13 3	14 28	13 24	11 2	9 33	10 30
12 52	14 7	15 28	14 20	11 57	10 33	11 34
12 56	15 12	16 28	15 16	12 53	11 32	12 39

१२.२८ समोर आपल्याला दिसतात ७.३७

१२.३२ समोर आपल्याला दिसतात ८.४३

हे समोर दिसणारे आकडे हे अंश व मिनिटांचे आहेत. रकान्याच्या शीर्षभागी ♑ (मकर) राशीचे चिन्ह आहे.

१२.२८ वाजताचा पर्व/संधी ७ ♑ ३७ आहे.

१२.३२ वाजताचा पर्व/संधी ८   ४३ आहे.

दोन्ही पर्व/संधी मधील फरक १ता. ६ मि.

= ६६ मि. आहे.

१२.३० ही वेळ या दोन्ही पर्व/संधींच्या मध्यावर आहे. म्हणून आपण ६६ मि.ची बरोबर निम्मी केल्यास आपल्याला ३३ मि. मिळतात ही ७.३७ मध्ये मिळविल्यास

```
  ७.३०
+ ०.३३
------
  ७.७०   =  ८ तास १० मि.
```

आपण फक्त अंशच विचारात घेणार आहोत म्हणून आपण ८ ♑ अशी नोंद घेऊ या.

याचप्रमाणे मॉरिनस टेबलचा रकाना क्रमांक २ ते ६ मध्ये पुढील राशींचे पर्व/संधी मिळतात.

★ क्रमांक २ चा रकाना कुंभ ♒ राशीचा आहे. या रकान्यात १२.२८ समोर ९.२४ आणि १२.३२ समोर १०.२५ हे

पर्व/संधी काल दिले आहेत. या दोन्हीतील फरक १ता. १ मि. आहे. याच्या निम्मे केल्यास आपल्याला ३० १/२ मि. मिळतात. ही ९.२४ मध्ये मिळविल्यास

```
   ९.२४
+  ०.३० १/२
   ९.५४ १/२   मिळतात.
```

हा काल पूर्णांकात करून घेतल्यास १० हा आकडा मिळतो. म्हणजे आपण कुंभेचा पर्व/संधी काल १० ♒ असे म्हणू शकतो.

याप्रमाणेच पुढील ४ पर्व/संधी कालांचा हिशेब केल्यास आपल्याला पुढीलप्रमाणे तपशील मिळतो.

नाक्षत्रवेळ	१	२	३	४	५	६
१२.३०	८♑	१०♒	९♓	७♈	५♉	६♊

★ पुढील ७ ते १२ पर्व/संधी काल याच अंशांचे परंतु विरुद्ध राशींशी संलग्न असतात. याचा अर्थ पर्व/संधी काल हे एका निश्चित व अपरिवर्तनीय क्रमाने येतात. तो क्रम असा: ♈ ♉ ♊ ♋ ♌ ♍ ♎ ♏ ♐ ♑ ♒ ♓

जर पहिला पर्व/संधी ♑ असला तर पुढला ♒ त्यानंतरचा ♓ व त्यानंतर क्रमाने ♈ ♉ ♊ या प्रमाणे असणार

प्रत्येक राशीची खाली दर्शविल्याप्रमाणे एक विरुद्ध राशी असते.

♈ मेष = ♎ तूळ

♉ वृषभ = ♏ वृश्चिक

♊ मिथुन = ♐ धनु

♋ कर्क = ♑ मकर

♌ सिंह = ♒ कुंभ

♍ कन्या = ♓ मीन

★ आता, पत्रिका लिहिण्यासाठी आपण चक्रे काढून त्याचे बारा भाग रेखलेला जो तक्ता आहे त्यात आकृतीत दर्शविल्याप्रमाणे,

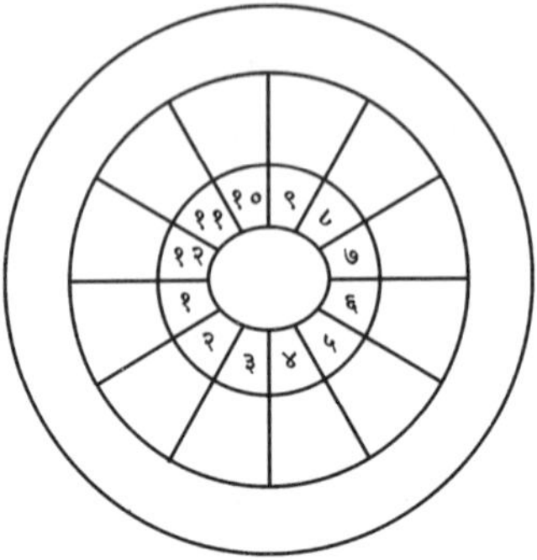

सर्वात आतील वर्तुळाभोवती जे वर्तुळ काढलेले आहे त्यात १ ते १२ क्रमांक लिहा.

★ आता बारा राशी डावीकडून उजवीकडे (घड्याळाच्या गतीच्या विरुद्ध दिशेने) खालील आकृतीत दर्शविल्याप्रमाणे निर्देशित करा.

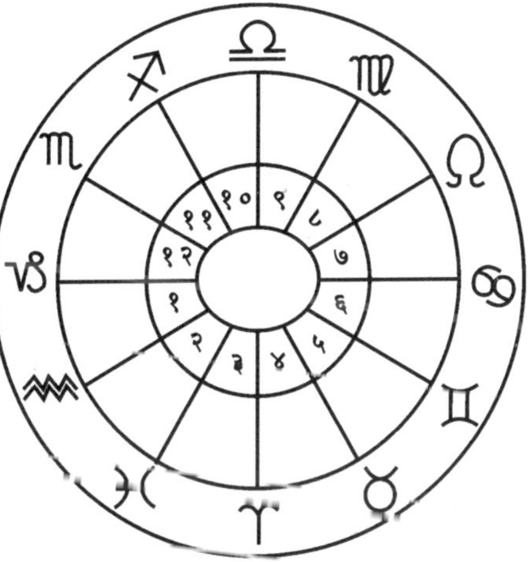

★ आपल्या उदाहरणातील पहिला पर्वकाल हा ♑ आहे. तसाच इतर पर्वकालांचा हिशेब करून ते सर्व पर्वकाल पुढील आकृतीत दर्शविल्याप्रमाणे पत्रिकेत नमूद करू या.

पत्रिकेत रवि, चंद्र व इतर ग्रहांची नोंद

★ आपण सर्व कालमापन हे आंतरराष्ट्रीय प्रमाणवेळेप्रमाणे (ग्रीनविच मीन टाईम GMT) प्रमाणे करत आहोत म्हणून प्रत्येकवेळी ग्रीनविच माध्यान्नरेषेपासून (शून्य रेखांशापासून) पूर्वेस अगर पश्चिमेस जितके अंतर असेल ते लक्षात घेऊन स्थानिक वेळेचे आंतरराष्ट्रीय वेळेत रूपांतर करून घेतले पाहिजे. आपल्या उदाहरणात आपण

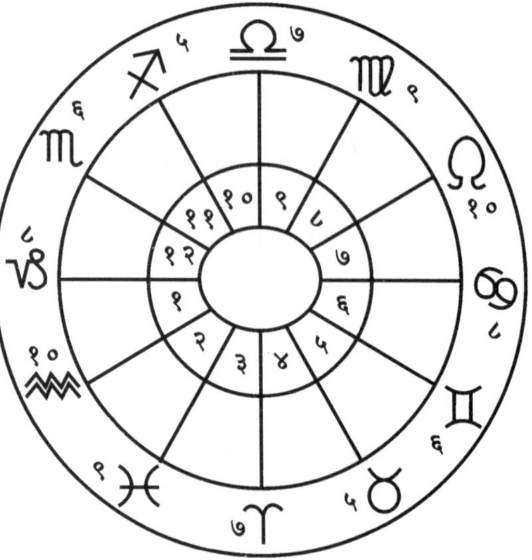

रविस्थान दर्शक (नमुना)

०	जा.	फे.	मा.	ए.	मे	जून	जुलै	ऑ.	स.	ऑ.	नो.	डि.
१	१० ♑	१२ ♒	१० ♓	११ ♈	१० ♉	११ ♊	९ ♋	८ ♌	८ ♍	७ ♎	८ ♏	९ ♐
२	११	१३	११	१२	११	११	१०	९	९	८	९	१०
३	१२	१४	१२	१३	१२	१२	११	१०	१०	९	१०	११
४	१३	१५	१३	१४	१३	१३	१५	११	११	१०	११	१२
५	१४	१६	१४	१५	१४	१४	१३	१२	१२	११	१२	१३
६	१५	१७	१५	१६	१५	१५	१४	१३	१३	१२	१३	१४
७	१६	१८	१६	१७	१६	१६	१४	१४	१४	१३	१४	१५
८	१७	१९	१७	१८	१७	१७	१५	१५	१५	१४	१५	१६
९	१८	२०	१८	१९	१८	१८	१६	१६	१६	१५	१६	१७
१०	२०	२१	१९	२०	१९	१९	१७	१७	१७	१६	१७	१८

आंतरराष्ट्रीय वेळेनुसार बदल करून घेतलेला असल्याने पुन्हा काही बदल करणे आवश्यक नाही.

★ रवीचे स्थान निश्चित करण्यासाठी पृष्ठ २९ वरील तक्त्याचा आधार घ्या.

उदाहरणार्थ २ जुलैला रवि १० ♋ (कर्क)आहे. हा पर्व काल, आपल्या पत्रिकेत जेथे कर्कपर्व (सातवे पर्व) दर्शविले आहे. त्या ठिकाणी नमूद करा. : ☉१०♋ या नोंदीतील ☉ हे रवीचे चिन्ह आहे.

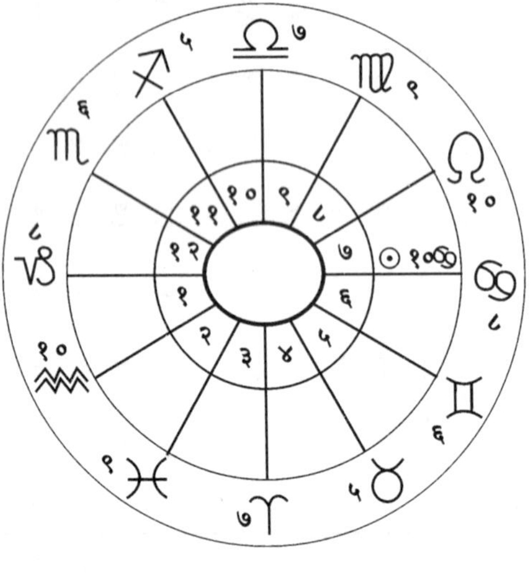

★ आता चंद्राच्या स्थानाचा विचार करू या. पृष्ठ ३२ वर १९०३ मधील चंद्राच्या स्थानांचा तक्ता दिला आहे. त्यात जुलै महिन्यातील १ व ३ जुलैची चांद्रस्थाने दिलेली आहेत ती अशी :

जुलै १ - २७ ♍

जुलै ३ - २३ ♎

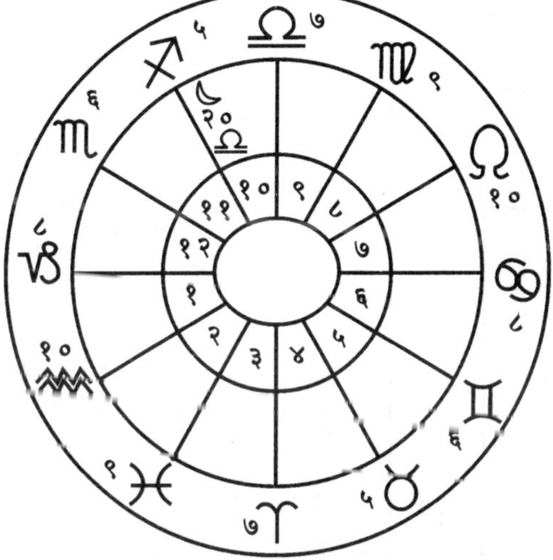

पत्रिकेतील चंद्रस्थान

चंद्रस्थानदर्शक (नमुना)												
२०१८	जा.	फे.	मा.	ए.	मे	जून	जुलै	ऑ.	स.	ऑ.	नो.	डि.
१	२♒	१८♓	२७♓	१७♉	२५♊	१९♌	२७♍	१६♏	१♑	३♒	१७♉	२०♈
३	२♒	१३♈	२३♈	१५♊	२४♋	१७♍	२३♎	११♐	२५♑	२७♒	१२♈	१७♉
५	२१♓	१०♉	२०♉	१३♋	२२♌	१४♎	१९♏	५	१९♒	२२♓	९♉	१५♊
७	१७♈	७♊	१८♊	११♌	२०♍	९♏	१३♐	२८	१३♓	१७♈	६♊	१४♋
९	१४♉	७♋	१६♋	१०♍	१७♎	४♐	८♑	२२♒	८♈	१३♉	४♋	१३♌
११	१३♊	७♌	१६♌	७♎	१३♏	२९♐	१♒	१६♓	३♉	१०♊	३♌	१२♍
१३	१३♋	६♍	१५♍	४♏	८♐	२३♑	२५♒	११♈	२९♉	८♋	१♍	९♎
१५	१४♌	५♎	१२♎	०♐	२♑	१६♒	१९♓	६♉	२७♊	६♌	२९♍	२♐

राशीचक्रातील प्रत्येक रास ही ३०° ची असते हे लक्षात घेता १ जुलैच्या मध्यरात्रीपासून ३ जुलैच्या मध्यरात्रीपर्यंत चंद्राचे एकूण भ्रमण २६° झाले आहे.

हे भ्रमण १ व ३ जुलैच्या दरम्यान म्हणजे ४८ तासात झालेले आहे.

आपल्या उदाहणांत आपल्याला २ जुलैच्या १७.५० वाजताची किंवा पूर्णांकात १८ वाजताची स्थिती हवी आहे.

याचाच अर्थ १ जुलैचे २४ + १८ = ४२ तासांचे चंद्राचे भ्रमण आपल्याला लक्षात घ्यायचे आहे. एकूण ४८ तासात चंद्राचे भ्रमण २६° झाले आहे.

४२ तासातील भ्रमण आपल्याला

४२ × २६

४८ = २२ ३/४° असे गुणोत्तर मांडून मिळते.

२२ ३/४° म्हणजे पूर्णांकात २३°.

जुलै १च्या चंद्राच्या स्थानात २३° मिळविल्या की आपल्याला आवश्यक ते उत्तर मिळेल:

२७ ♍ + २३

चंद्र दर तासाला साधारण १/२° सरकतो. आपल्या उदाहरणातील वेळ ही मध्यरात्री पूर्वी (३ जुलैच्या ० ता. ० मि. पूर्वी) ६ तास अशी आहे. म्हणजे चंद्र ३° सरकला असणार.

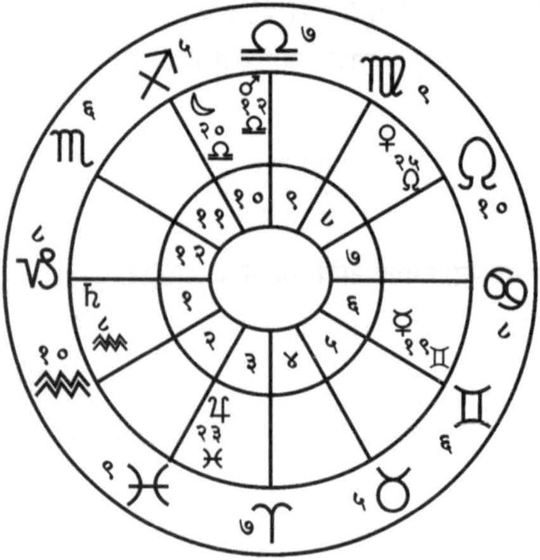

२३° ♎ मधून ३° कमी केल्या की आपल्याला २०° ♎ ही स्थिती तुळेच्या पर्वात मिळते हे १० वे स्थान आहे.

वर जसा आपण चंद्राच्या स्थानाचा विचार केला त्याचप्रमाणे इतर ग्रहांच्या स्थानांचे तक्ते वापरून आपल्याला ग्रहांची पुढील स्थाने मिळतात.

बुध :	१९	♊	मिथुन	मंगळ :	१२	♎	तूळ
शुक्र :	२५	♌	सिंह	गुरू :	२३	♓	मीन

शनि : ८ ♒ कुंभ

राहू व केतू यांची स्थाने मात्र पाश्चात्य ग्रह नक्षत्र स्थितीदर्शकांवरून (Ephemeris) वरून मिळत नाहीत त्यासाठी भारतीय दर्शक (पंचांगे) वापरावीत. ही सर्व स्थाने निश्चित केली की आपल्याला पुढीलप्रमाणे पत्रिका मिळते. ■

पत्रिकेवरून भविष्य सांगणे

एक उदाहरण म्हणून खाली जॅकेलिन केनेडी ओनॅसिसची पत्रिका दिली आहे. त्यांचा जन्म रविवार दिनांक २८ जुलै १९२९

जॅकेलिन केनेडी ओनॅसिसची पत्रिका

रोजी दुपारी २वा. ३० मिनिटांनी न्यूयॉर्क येथे झाला.

★ त्यांची जन्मरास सिंह आहे. ही एक राजेशाही रास समजली जाते. त्यांच्या पत्रिकेत रवि हा नवव्या घरात आहे. परदेश प्रवास व प्रकाशन प्रसिद्धीचे हे स्थान आहे. त्यामुळेच त्यांच्या उत्तर आयुष्यात त्यांनी प्रभावीपणे आपले विचार मांडलेले दिसतात.

★ शिवाय लेखन व प्रवासाचा कारक ग्रह बुध हाही नवव्या घरात आहे. त्यामुळेच त्यांच्या आयुष्यात ही क्षेत्रे विशेष परिणामकारक ठरली आहेत.

★ त्यांच्या पत्रिकेत उदित लग्नी (पहिल्या घरात) वृश्चिक रास आहे. त्यामुळे त्यांचे व्यक्तिमत्त्व आकर्षक व रहस्यमय ठरले आहे व त्याचबरोबर एक गूढतेचे वलय त्यांच्या आयुष्याभोवती असलेले दिसते.

★ त्यांचा चंद्र हा मेष या लढाऊ राशीत असल्यामुळे त्या धीट व स्वतःचे म्हणणे खरे करणाऱ्या अशा होत्या. त्यांचा चंद्र पाचव्या घरात आहे. त्यावरून त्यांच्यात व त्यांच्या मुलांच्यात जिव्हाळा व जवळीक होती हे स्पष्ट होते. त्याचप्रमाणे यावरून स्वतःच्या निर्मितीक्षमतेला निश्चित स्वरूप व दिशा त्या देऊ शकत होत्या.

★ त्यांच्या विवाहयोगाच्या सातव्या घरात गुरु आहे त्यामुळे त्यांचे ज्या पुरुषांशी विवाह झाले ते गुरु प्रभावित असेच होते.

★ नातेसंबंधांच्या सातव्या स्थानी पर्वकालीन (संधिकाळातील) वृषभ रास आहे. त्यांनी श्रीमंत पुरुषालाच वरले हे यामुळेच.

★ वृषभेचा स्वामी शुक्र हा आठव्या घरात आहे. वारसा हक्काने मिळालेल्या संपत्ती विषयीचे हे स्थान आहे. त्यामुळेच त्यांना आपल्या पतीकडून मोठ्या संपत्तीचा लाभ झाला. सातव्या घरातील राहूमुळे या योगाला विशेष चालना मिळाली.

★ उदित लग्नातील वृश्चिक रास (ध्यास, जिद्द, रहस्य, मार्ग काढणारी बुद्धी आणि परत उभं राहण्याची ताकद) सिंहेचा रवि. (करिश्मा व निर्मितीक्षमता) व मेषेचा चंद्र (धैर्य, आत्मविश्वास आणि आत्म निर्भरवृत्ती) या साऱ्याच्या संयुगामुळे अशी एक स्त्री निर्माण झाली की जिचा प्रभाव अमेरिकेच्या आणि जगाच्या इतिहासावर दीर्घकाळ टिकून राहील.

■

राशीचक्र व ग्रह

★ क्रांतिवृत्त अथवा रविमार्गाच्या उत्तरेस आणि दक्षिणेस ९°-९° असा कल्पिलेला पट्टा म्हणजे राशीचक्र होय.

★ सर्व ग्रह व चंद्र हे या पट्ट्याच्या सीमेत राहून भ्रमण करतात.

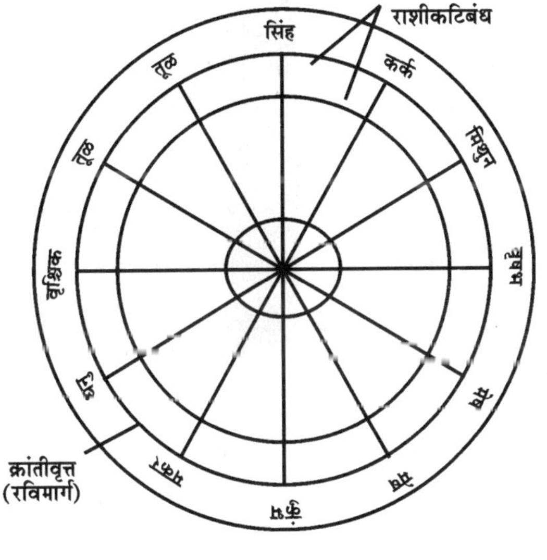

राशी

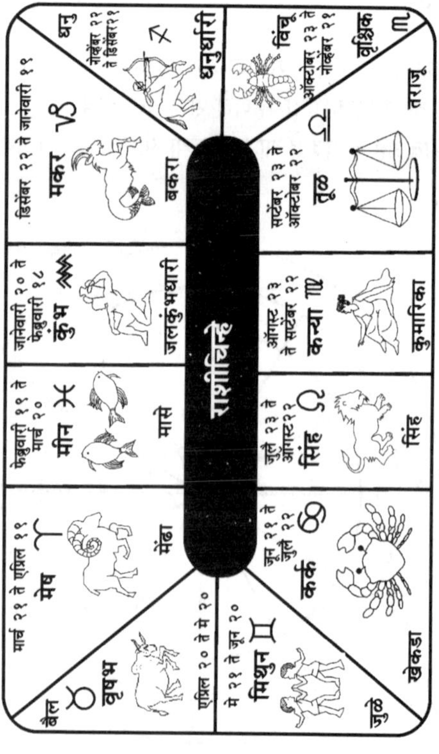
राशीचिन्हे
मार्च २१ ते एप्रिल १९
मेष
मेंढा
एप्रिल २० ते मे २०
वृषभ
बैल
मे २१ ते जून २०
मिथुन
जुळे
जून २१ ते जुलै २२
कर्क
खेकडा
जुलै २३ ते ऑगस्ट २२
सिंह
सिंह
ऑगस्ट २३ ते सप्टेंबर २२
कन्या
कुमारिका
सप्टेंबर २३ ते ऑक्टोबर २२
तूळ
तराजू
ऑक्टोबर २३ ते नोव्हेंबर २१
वृश्चिक
विंचू
नोव्हेंबर २२ ते डिसेंबर २१
धनु
धनुर्धारी
डिसेंबर २२ ते जानेवारी १९
मकर
बकरा
जानेवारी २० ते फेब्रुवारी १८
कुंभ
जलकुंभधारी
फेब्रुवारी १९ ते मार्च २०
मीन
मासे

★ राशीचक्र हे प्रत्येकी ३०° चा एक या प्रमाणे बारा समान भागात विभागलेले आहे आणि यातील प्रत्येक भाग म्हणजे एक एक राशी असते.

★ या बारा राशी खालील प्रमाणे आहेत. कंसात प्रत्येक राशीचे इंग्लिश मधील नाव दिले आहे.

मेष (Aries), वृषभ (Taurus), मिथुन (Gemini), कर्क (Cancer), सिंह (Leo), कन्या (Virgo), तूळ (Libra), वृश्चिक (Scorpio), धनु (Sagittarius), मकर (Capcricon), कुंभ (Aquarius), मीन (Pisces).

★ राशीचक्राची सुरुवात मेष राशी पासून होते व शेवट मीन राशीने होतो.

नक्षत्रे

★ राशीचक्र सत्तावीस नक्षत्रात विभागलेले आहे. या प्रत्येक नक्षत्राचा तारकापुंज आकाशात दिसू शकतो.

★ ही सत्तावीस नक्षत्रे खालील प्रमाणे आहेत:

अश्विनी, भरणी, कृत्तिका, रोहिणी, मृग, आर्द्रा, पुनर्वसु, पुष्य, आश्लेषा, मघा, पूर्वा, उत्तरा, हस्त, चित्रा, स्वाती, विशाखा, अनुराधा, ज्येष्ठा, मूळ, पूर्वाषाढा, उत्तराषाढा, श्रवण, धनिष्ठा, शततारका, पूर्वाभाद्रपदा, उत्तराभाद्रपदा, रेवती

★ या नक्षत्रांचा अनुक्रमाने तीन तीनचा एकेक गट केलेला आहे व एकेक ग्रह त्या प्रत्येक गटाचा स्वामी असतो.

★ बारा राशीतील प्रत्येक राशीत प्रत्येकी सव्वादोन नक्षत्रे असतात.

ग्रह

★ एकूण नऊ ग्रह असून त्यांचा पृथ्वीवर लक्षणीय प्रभाव पडत असतो.

★ नऊ ग्रह खालीलप्रमाणे आहेत : रवि, चंद्र, मंगळ, बुध, गुरु, शुक्र, शनि, राहू व केतू

* राहू आणि केतू हे छाया ग्रह आहेत. त्यांना कार्मिक ग्रह असे म्हटले जाते.

■

ग्रहांची वैशिष्ट्ये व त्यांचे ज्योतिषविद्येप्रमाणे परिणाम

रवि

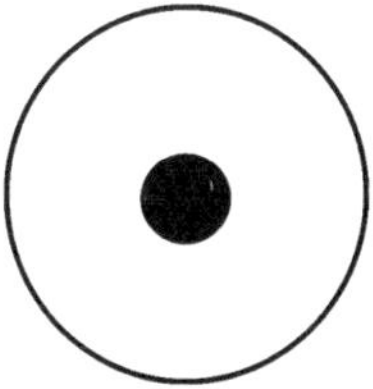

★ रवि हा सूर्यमालेचा राजा आहे आणि तो आत्म्याचे प्रातिनिधिक स्वरूप आहे.

★ राजप्रतिष्ठा, प्रभुत्त्व, धैर्य, सन्मान व प्रसिद्धी, आत्मनिर्भरता, धीटपणा, दयाळू बुद्धी, यश, आशावादीपणा, चांगली प्रकृती, व्यवहारीपणा, नियमितपणा, प्रामाणिकपणा, उद्योगीपणा आणि स्वाभाविक ऊर्जा या गुणांचा दर्शक ग्रह रवि होय.

★ सिंह राशीचा हा स्वामी आहे.

★ मेष राशीत हा उच्चीचा असतो व तूळ राशीत नीचेचा असतो.

★ रवि, हृदय, फुफ्फुसे, डोळे आणि शरीराच्या महत्त्वाच्या भागांच्या व्याधी यांना कारणीभूत असतो.

★ तांबे आणि माणिक हे त्याचे धातू व रत्न आहेत

★ शुभ्र व रक्तवर्ण या रंगांच्या मिश्रणाने होणारा त्याचा रंग हा रविचा रंग आहे.

★ आग्नेय दिशा, खनिजे आणि ग्रीष्म ऋतू यांचा तो स्वामी आहे.

★ हा स्थिर, निश्चल व खंबीर असतो.

चंद्र

★ चंद्र हा ग्रहांतील राज्ञीपद भूषवितो व तो मनाचे प्रतीक आहे.

★ भावना, भावविवशता, संवदेनक्षमता, प्रेम, मनाचा चंचलपणा, कनवाळूपणा, खरेपणा, प्रामाणिकपणा, आशावादीपणा आणि गोड बोलणे हे गुण चंद्राशी संबंधित आहेत.

★तो कर्केचा स्वामी आहे.

★ तो वृषभ राशीत उच्चीचा तर वृश्चिक राशीत नीचेचा असतो.

★ चंद्र जेव्हा अशुभकारक असतो तेव्हा गुप्तरोग आणि नाकात सूज, फोड इत्यादी व्याधी संभवतात

★ चंद्रामुळे सुंदर शरीर व तारुण्यपूर्ण बांधा यांचा लाभ होऊ शकतो.

★ मोती व चंद्रकांत मणी ही चंद्राची रत्ने आहेत.

★ धवल पांढरा रंग हा चंद्राशी निगडीत रंग आहे.

★ तो उत्तर दिशा आणि मोसमी वाऱ्यांचा स्वामी आहे.

★ त्याचा प्रभाव मुख्यत: रात्रीच्यावेळी दिसून येतो.

★ शुक्ल पक्षातील चंद्र हा शुभकारक व कृष्णपक्षातील चंद्र हा अशुभकारक असतो.

मंगळ

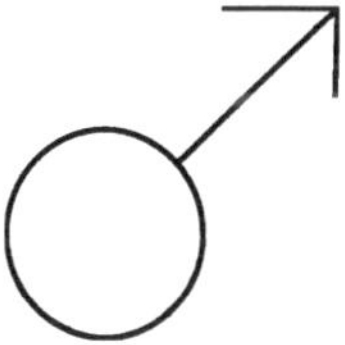

★ भरपूर ताकद आणि टिकून राहणारा जोम, वाढणारी ऊर्जा, धैर्य, महत्त्वाकांक्षा, शारीरिक सामर्थ्य, भडक संतापी स्वभाव, दुष्टपणा, औदार्य, अविचारीपणा, सुदृढ प्रकृती, राजप्रतिष्ठा, आत्मविश्वास आणि व्यवहारीपणा हे सर्व गुण मंगळ ग्रहाचे द्योतक आहेत.

★ मंगळ मेष व वृश्चिक राशींचा स्वामी आहे.

★ तो मकरेत उच्चीचा व कर्क राशीत नीचेचा असतो.

★ देवी, कावीळ, कुपोषणामुळे उद्‌भवणारे रोग, गळवे, फोड, डोकेदुखी इत्यादी व्याधी मंगळाशी संबंधित आहेत. त्याचप्रमाणे अपघात व शस्त्रक्रिया इत्यादीही मंगळामुळे संभवतात.

★ मंगळाचा रंग फिकट तांबडा आहे

★ दक्षिण दिशा, खनिजे आणि ग्रीष्मऋतू मंगळाच्या अधिपत्याखाली असतात.

★ पोवळे हे रत्न व सोने हे मंगळाचे प्रातिनिधिक आहेत.

★ रक्तवर्ण हा मंगळाचा रंग आहे.

★ हिंसाचार हा मंगळाशी संबंधित आहे.

बुध

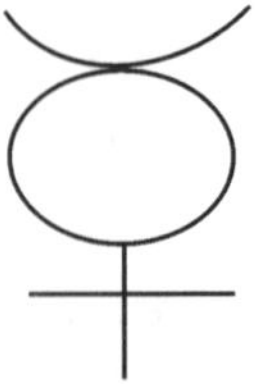

★ बुध हा ग्रहांतील राजपुत्र असून मन आणि बुद्धीचा द्योतक आहे.

★ सुख, आनंद, धैर्य, ज्ञान, ऐशआराम, अद्‌भुत रम्य विचार

कल्पनांचे आकर्षण, चांगली स्मरणशक्ती, बौद्धिक हुशारी, पौरुष, शहाणपणा आणि स्वाभाविक अंतर्दृष्टी या गोष्टी बुधाशी संलग्न असतात.

★ मिथुन आणि कन्या राशींचा तो स्वामी आहे.

★ तो कन्या राशीत उच्चीचा व मीन राशीत नीचेचा असतो.

★ बुधामुळे पुढील व्याधी संभवतात : वेड, आळस, खोकला, मज्जासंस्थेतील बिघाड आणि मेंदूचे विकार.

★ बुध हा ग्रह गडद हिरव्या रंगाचा आहे.

★ वनस्पतीसृष्टी, खनिजे आणि वसंतऋतू यांचा तो स्वामी आहे.

★ मिश्र धातू आणि पांचू हे बुधाचे अनुक्रमे धातू व रत्न आहेत.

★ हिरवा हा बुधाचा प्रातिनिधिक रंग आहे.

गुरु

★ सर्व ग्रहातील हा सर्वात विशाल ग्रह असून तो सूर्यमंडळाचा पंतप्रधान आहे. शहाणपण आणि सौख्य यांचा तो प्रतीक आहे.

★ सत्त्वशीलता, परोपकारी वृत्ती, दयाबुद्धी, लोककल्याण-कारी

वृत्ती, खरेपणा, भाग्य, सुसंवादी, शांतवृत्ती, बुद्धिमत्ता, विनोदबुद्धी, भरभराट, प्रसिद्धी, राजकीय सत्ता, आर्थिक लाभ, दूरचा प्रवास आणि सद्‌गुण या सर्व गोष्टी गुरुग्रहाशी संबंधित आहेत.

★ धनु आणि मीन राशींचा तो स्वामी आहे.

★ तो कर्कराशीत उच्चीचा व मकर राशीत नीचेचा असतो.

★ अशुद्ध रक्त, ताप, अपचन आणि हृदय, फुफ्फुसे, प्लींहा व यकृत यांचे विकार इत्यादी व्याधी गुरु ग्रहामुळे संभवतात.

★ गुरु ग्रहाचा देह पिवळ्या रंगाचा आहे.

★ ईशान्य दिशा व वनस्पतीसृष्टी यांचा हा स्वामी आहे.

★ धातूतील चांदी व रत्नांतील पुष्कराज हे गुरूचे प्रतिनिधी आहेत.

शुक्र

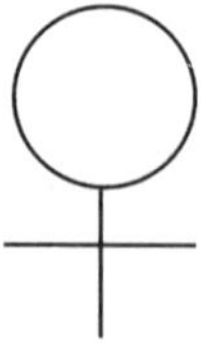

★ शुक्र हा प्रीती व सौंदर्याचा ग्रह आहे.

★ प्रेम, वैषयिक भावना, आकर्षण, उपभोग, प्रेममग्नता, उद्यमशीलता, कलात्मक कौशल्ये, सुसंवादी दृष्टी, संतुलित वृत्ती, मृदू भाषण, आकर्षक व्यक्तिमत्त्व, विनम्रता, तळमळ, सुसंस्कृत

स्वभाव आणि वैवाहिक सुख या गोष्टींचा हा ग्रह कारक आहे.

★ वृषभ आणि तूळ राशीचा हा स्वामी आहे.

★ तो मीन राशीत उच्चीचा व कन्येत नीचेचा असतो.

★ या ग्रहामुळे गुप्तरोग, प्लीहा व मूत्रपिंडाचे विकार, नपुंसकत्व आणि मधुमेह या व्याधी संभवतात.

★ आग्नेय दिशा, प्राणीसृष्टी आणि वसंतऋतू यांचा हा ग्रह स्वामी आहे.

★ मोती, हिरे व झिरकॉन ही रत्ने या ग्रहाची प्रातिनिधिक आहेत.

★ शुभ्र पांढरा रंग हा शुक्राचा रंग आहे.

शनि

★ शनि हा जात्या गुलामीवृत्तीचा असून तो दुसऱ्याचा सेवा करतो.

★ शिस्त आणि नेटकेपणा, गंभीरवृत्ती, काटेकोर प्रयत्न, पुराणप्रियता, धोरणीपणा, आज्ञापालकवृत्ती, निष्ठा, दीर्घायुष्य, शहाणपणा,

काळजीपूर्वकता, दांडगेपणा, काटकसर, हटवादीपणा आणि धीर धरण्याची तयारी या सर्व गुणांचा संबंध शनि ग्रहाशी आहे.

★ तो मकर आणि कुंभ राशींचा स्वामी आहे.

★ शनि तुळेत उच्चीचा व मेषेत नीचेचा असतो.

★ गाऊट, संधिवात, महारोग, फेफरे, भगंदर, नैराश्य, तोतरेपणा, बहिरेपणा व मुकेपणा या व्याधी शनीशी संबंधित आहेत.

★ याचा रंग काळाभोर आहे.

★ लोखंड हा धातू आणि नील हे रत्न या ग्रहाचे प्रातिनिधिक आहेत.

★ पश्चिम दिशा आणि शिशिरऋतू यांचा तो स्वामी आहे.

राहू

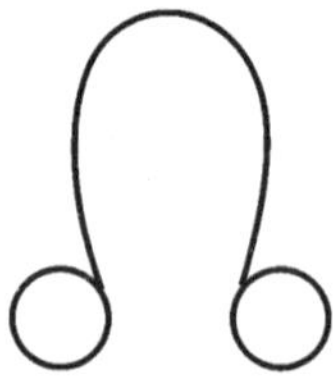

★ राहू हा छायाग्रह आहे आणि तो शनीचे प्रतीक आहे.

★ धैर्य, द्वेष, असोशी म्हणजे जिला अंत नाही अशी कामना, जीवनाबद्दलची आत्यंतिक आसक्ती, कामुक लफडी, असमाधान, भीती, कठोर बोलणे, अवैध संबंध, अडथळे आणि सतत भटकंती या

सर्व गोष्टी राहूशीं निगडित आहेत.

★ तो कन्या राशीचा स्वामी आहे.

★ तो मिथुन राशीत उच्चीचा व धनु राशीत नीचेचा असतो.

★ आरोग्याच्या संदर्भात यामुळे दृष्टीदोष संभवतो.

★ गोमेद हे याचे प्रातिनिधिक रत्न आहे.

★ नैऋत्य दिशेचा हा स्वामी आहे.

केतू

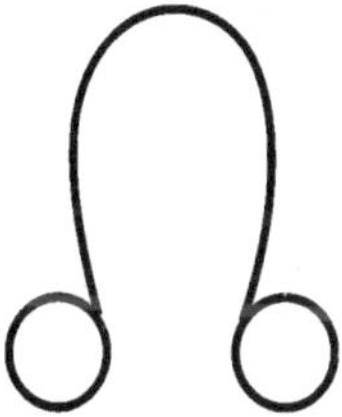

★ केतू हाही एक छाया ग्रह आहे व तो मंगळाचे प्रतीक आहे.

★ चातुर्य, कसब आणि कौशल्य, दैवी व अतिमानवी शक्ती, स्वमताबद्दल आग्रही असणे, कीर्ती, समाजमान्यता, संकटे, उलथापालथ, ताणतणाव या सर्व गोष्टी केतूशी निगडित आहेत.

★ मीन राशीचा हा स्वामी आहे.

★ धनु राशीत हा उच्चीचा असतो तर मिथुन राशीत नीचेचा असतो.

■

ग्रहांची स्थानानुसार फळे

रवि

प्रथम स्थान : धीटपणा, औदार्य, चांगली प्रकृती, व्यवहार्यवृत्ती, आज्ञा देणारा आवाज, वारश्याने मिळणारी संपत्ती.

द्वितीय स्थान : संपत्ती, सत्ताधाऱ्यांकडून फायदा, प्रतिष्ठा, धैर्य, भिन्न लिंगी व्यक्तींची आवड.

तृतीय स्थान : कीर्ती, संपत्ती, धीटपणा, प्रचंड ताकद, कौटुंबिक संबंध, शिष्टसंमत वागणूक, लोकप्रियता.

चतुर्थ स्थान : स्थावर मालमत्ता, वारसासंपत्ती, सन्मान, बुद्धी, धैर्य.

पंचम स्थान : सन्मान, मिळून मिसळून वागणूक, चांगले शिक्षण, मौजमजेची आवड.

षष्ठ स्थान : अस्वस्थ प्रकृती, अनेक शत्रू, नोकरीत प्राप्ती

सप्तम स्थान : उशिरा लग्न, असमाधानी वैवाहिक जीवन, स्त्री-पुरुषांचे अवैध संबंध.

अष्टम स्थान : व्याधीग्रस्त प्रकृती, अवैध प्राप्ती, अपघाती अथवा घाताने मृत्यू, पित्याचा लवकर मृत्यू.

नवम स्थान : सन्मान, प्रतिष्ठा, परदेशात यश, संत-महंत व धार्मिक व्यक्तींची आवड.

दशम स्थान : कवी, अधिकार, उद्यमी, राजेशाही जीवन, महत्त्वाकांक्षा.

एकादश स्थान : विनासायास प्राप्ती, मोठमोठ्या व्यक्तींशी संबंध, दयाळू वृत्ती, लोकप्रियता.

द्वादश स्थान : गूढविद्या जाणणारा, एकांतवास, अनपेक्षित घटना, खोटे मित्र, आरोप, शत्रूंविरुद्ध यश.

चंद्र

प्रथम स्थान : संवेदनशीलता, अस्वस्थता, अंतर्दृष्टी, जाणीव, कल्पनाशक्ती, बदलाची आवड.

द्वितीय स्थान : व्यापारात यश, मदत करणारे मित्र, मातेकडून प्राप्ती, संपत्ती, भिन्नलिंगी व्यक्तींकडून प्रेम.

तृतीय स्थान : विद्वत्ता, प्रवास, आत्मविश्वास, अंतर्दृष्टी, जाणकार, चांगले मित्र.

चतुर्थ स्थान : आईवडिलांकडून व भिन्नलिंगी व्यक्तींकडून प्राप्ती, आईवडिलांशी जवळीक, रहाण्याच्या जागेत बदल.

पंचम स्थान : चांगले पुत्र, मुलांची आवड, भिन्नलिंगी व्यक्तींबदल आतद, हुशार, यशस्वी.

षष्ठ स्थान : वाईट प्रकृती, इतरांची सेवा करून प्राप्ती.

सप्तम स्थान : उदार मतवादी, भिन्न लिंगी व्यक्तींचे प्रेम, देखणे व्यक्तिमत्त्व.

अष्टम स्थान : जीवनसाथीकडून प्राप्ती, श्रीमंत, सुखी आयुष्य, उलाढालीतून फायदा हुशार.

नवम स्थान : भरभराट, सद्गुणी, विजयी, परदेशी वास्तव्य, प्रवासाची आवड, संपत्ती.

दशम स्थान : श्रीमंत, आयुष्यात चढ-उतार, व्यवसायात बदल, श्रीमंत व्यक्तींशी संबंध.

एकादश स्थान : दीर्घायुष्य, संपत्ती, मान, सत्ता, अधिकार, ज्यांच्यावर विसंबू नये असे मित्र.

द्वादश स्थान : गूढाभ्यास, रहस्य व कल्पनारम्यता यांची आवड, संवेदनशील, विचारपूर्वक वागणूक.

बुध

प्रथम स्थान :विनोदी, हजरजबाबी, चांगली स्मरणशक्ती, मधुर भाषण, चुणचुणीत, श्रीमंत, दयाळू, छाप पाडणारे व्यक्तिमत्त्व.

द्वितीय स्थान : बुद्धिमान, धनवान, मनापासून काम करणारा, तोतरेपणा, लिखाणापासून प्राप्ती.

तृतीय स्थान : धीट, शोध घेणारा, सहज बोलणारा, वक्तृत्व व लेखन यापासून प्राप्ती, अनेक छोटे प्रवास.

चतुर्थ स्थान : लोकप्रिय, यशस्वी, वारसाधन प्राप्ती, अशांत घर, काळज्या, राहत्या जागांत बदल.

पंचम स्थान : बुद्धिमान, मानसिक दबाव, मुलांची काळजी सट्ट्यात प्राप्ती.

षष्ठ स्थान : भांडखोर, स्पष्ट व तर्कशुद्ध विचार, कडक बोलणारा, नोकरांकडून हानी, हिशेबाला पक्का.

सप्तम स्थान : हुशार, प्रागतिक, धडपड्या, आनंदी, भागीदारीतून प्राप्ती.

अष्टम स्थान : हुशार, श्रीमंत, प्रख्यात, प्रसिद्ध, दीर्घायुष्य.

नवम स्थान : विद्वान, हुशार, धनवान, सुशिक्षित, धडपड्या, सभ्य, प्रवास, कोर्टकचेरी व प्रकाशनात यश.

दशम स्थान : धनवान, उदार मतवादी, प्रसिद्ध, व्यवहारी, हाती घेतलेल्या कार्यात यश, वाङ्‌मयात रुची.

एकादश स्थान : अत्यंत श्रीमंत, दीर्घायुष्य, मित्रांकडून प्राप्ती

द्वादश स्थान : एकाग्रता व संशोधनातून यश, रहस्य व धाडस याची आवड, अनेक शत्रू.

मंगळ

प्रथम स्थान : शूर, भक्कम, संतापी, कष्टाळू, महत्त्वाकांक्षी, आक्रमक, हटवादी, घायकुता, धडाकेबाज.

द्वितीय स्थान : अतिउदार, उधळ्या, सहज बोलणारा, धनवान, कष्टाळू, कठोर बोलणारा.

तृतीय स्थान : अहंमन्य, विद्वान, शूर, अपघात-प्रवण, स्वतंत्रवृत्तीचा, धनवान.

चतुर्थ स्थान : उत्साही, जोषपूर्ण, गृहकलह, दु:ख, आगीने नुकसान, घरात अपघात, स्थावर मालमत्तेची कमाई.

पंचम स्थान : तात्कालिक विचाराप्रमाणे वागणारा, अविचारी, लैंगिकदृष्ट्या ताकदवान, गर्भपात, सट्ट्यात तोटा, भिन्न लिंगी व्यक्तींचे

आकर्षण.

षष्ठ स्थान : प्रसिद्ध, धनवान, विजयी, वाईट प्रकृती, भांडणे, चोऱ्यांमुळे नुकसान, अविवेकी.

सप्तम स्थान : रोग व व्याधी, अशांत कौटुंबिक जीवन, प्रेमात आवेग आवरू न शकणारा, विकारवश, जीवनसाथीचा मृत्यु अथवा वियोग.

अष्टम स्थान : भागीदार अथवा वारसा वा अपघाताने मृत्यु ताणतणावाचे वैवाहिक जीवन.

नवम स्थान : विचारवंत, तत्त्वज्ञानी, क्रियाशील, उद्यमशील प्रगतीशील.

दशम स्थान : शूर, कामसू, प्रसिद्ध, उदार विचारांचा, पित्याकडून प्राप्ती, प्राप्ती व उन्नती.

एकादश स्थान : धैर्यशील, श्रीमंत, सुखी, विजयी, उधळ्या, सर्व इच्छा सफळ.

द्वादश स्थान : अधिकार गाजवण्याची वृत्ती, लोकापवाद, दुष्कीर्ती, तुरुंगवासाची शक्यता, जखम होण्याची शक्यता.

गुरु

प्रथम स्थान : नशिबवान, दीर्घायुष्य, सुखी, निर्भय, कळकळ असलेला, उदार, निष्ठावान, नेतृत्त्व.

द्वितीय स्थान : संपन्न, यशस्वी, भरभराट, अधिकार व ताकद यांची साथ.

तृतीय स्थान : आनंदी, लोकप्रिय, प्रसिद्ध, चांगले शिक्षण, प्रकाशन, प्रवास यापासून लाभ, भावांकडून प्राप्ती.

चतुर्थ स्थान : नशिबवान, सुखी कौटुंबिक जीवन, स्थावर मिळकतीचीं कमाई.

पंचम स्थान : कर्तव्यनिष्ठ, विद्वान, मोहक, नशिबवान, प्रीती व कामजीवनातून आनंद.

षष्ठ स्थान : आनंदी, विजयी, राजकारणी व हाताखालील लोकांकडून लाभ.

सप्तम स्थान : मनमिळावू, विद्वान, लग्न व कोर्टकचेरीतून लाभ.

अष्टम स्थान : लग्न व वारसा हक्क याने लाभ

नवम स्थान : धार्मिक, अत्यंत उत्साही, मदत करणारा, परदेश प्रवास व प्रकाशन यापासून लाभ.

दशम स्थान : कीर्ती व सत्ता, अधिकार, भरभराट, संपत्ती.

एकादश स्थान : संपत्ती, कीर्ती, सन्मान, प्रतिष्ठा.

द्वादश स्थान : सर्वदृष्ट्या यशस्वी.

शुक्र

प्रथम स्थान : सामाजिक प्रतिष्ठा, ऐशआराम, ऐहिक सुखे, भिन्नलिंगी व्यक्तीकडून लाभ, कलात्मक गोष्टीतून द्रव्यप्राप्ती.

द्वितीय स्थान : हव्यासी, लोकप्रिय, लोकात मिसळणारा.

तृतीय स्थान : निर्मितीक्षम, सर्जनशील, सुसंस्कृत स्वभाव, ललित कलांची आवड.

चतुर्थ स्थान : लोकप्रिय, स्थावर मिळकत कमवणार.

पंचम स्थान : उत्तम विवाह, सट्ट्यात प्राप्ती, यश.

षष्ठ स्थान : विजयी, चांगली प्रकृती, मालकाकडून लाभ.

सप्तम स्थान : सुखी आणि रोमांचक वैवाहिक जीवन, प्रेम व आपुलकी, संपत्ती, भरभराट, यश.

अष्टम स्थान : वारसा हक्काने व भागीदाराकडून लाभ, मन-मिळाऊ, प्रतिष्ठा.

नवम स्थान : आशावादी, हुशार, भरभराट, परदेश प्रवास.

दशम स्थान : लोकप्रिय, ख्यातनाम, श्रीमंत, सुखी कौटुंबिक जीवन.

एकादश स्थान : विद्वान, शहाणा, लोकप्रिय, भिन्नलिंगी व्यक्तींची आवड.

द्वादश स्थान : गुप्त प्रेम प्रकरण, पैशाचा लोभी, कल्पनेत रमणारा, श्रीमंत, प्रेमळ.

शनि

प्रथम स्थान : सत्ता,अधिकाराच्या जागा, मुत्सद्देगिरी, स्वतंत्र विचारवंत, व्यावहारिक चातुर्य.

द्वितीय स्थान : पराकोटीचे श्रम व धडपड, कमकुवत दृष्टी, कठोर भाषण, अप्रिय.

तृतीय स्थान : श्रीमान, बंधूंचे मृत्यू, विजय, सावध, अस्वस्थ

मन, सूज्ञ.

चतुर्थ स्थान : अकस्मात तोटे, परदेशात यश, वडिलोपार्जित स्थावर मिळकतीची हानी, लोकापवाद, कौटुंबिक स्वाथ्यात बिघाड.

पंचम स्थान : गर्भपात, सट्ट्यात तोटा, प्रेमसंबंधात निराशा.

षष्ठ स्थान : हट्टी, विजयी, उत्पन्नात वाढ, लोकप्रिय.

सप्तम स्थान : दु:खी, उशिरा विवाह, राजकीय यश, परदेशी सन्मान, प्रवास, श्रीमंती नसणे, स्त्रियांमुळे अपमान.

अष्टम स्थान : धडपड, दीर्घायुष्य, गुन्हेगारी कृत्ये, प्रकृती ढासळणे, अधू दृष्टी, निराशेचे प्रसंग, कुटुंबातून विरोध.

नवम स्थान : कोर्टकचेरीत यश, श्रीमंत, दीनांचा कनवाळू, शास्त्रीय मनोवृत्ती.

दशम स्थान : आयुष्यात अभ्युदय, लवकर बढत्या, अकस्मात अध:पात, धीरोदात्त वृत्ती.

एकादश स्थान : विद्वान, आदरणीय, खूप स्थावर मालमत्ता असलेला श्रीमंत, शिक्षणात खंड, राजकीय यश, महत्त्वाकांक्षी.

द्वादश स्थान : अनेक शत्रू, एकलकोंडा, अपघात, अनेक नुकसानीचे प्रसंग, अपघात, असमाधानकारक कामणीपण.

राहू

प्रथम स्थान : सन्मान, संपत्ती, भिन्नलिंगी व्यक्तींची आवड.

द्वितीय स्थान : वारसाहक्काने संपत्ती, शास्त्रीय व अभ्यासू वृत्ती, शत्रूंपासून धोका.

तृतीय स्थान : अहंमन्य, धाडसी, आशावादी, भावंडे व शेजारी यांच्यापासून लाभ, प्रवास, लेखन, दीर्घायुष्य.

चतुर्थ स्थान : दीर्घायुष्य, विश्वासार्ह स्थावर मिळकतीतून प्राप्ती.

पंचम स्थान : उशिरा पुत्रप्राप्ती, अस्वस्थ मन, सार्वजनिक पदापासून प्राप्ती.

षष्ठ स्थान : दीर्घायुष्य, शत्रूंकडून जुलूम, निष्ठावान, सचोटीचा, नोकरीतून प्राप्ती.

सप्तम स्थान : स्वमत परायण, स्वतंत्र, बिनसलेले वैवाहिक कामजीवन, अस्वस्थ मन, अवैध प्रेमप्रकरणे.

अष्टम स्थान : निरोगी, दीर्घायुष्य, अपवित्र कृत्ये, नांव व कीर्तीवर डाग, शत्रूकडून जुलूम.

नवम स्थान : शिक्षणात यश, परदेश प्रवास, बुद्धिमान, नांव, कीर्ती, संपत्ती, पित्याशी मतभेद.

दशम स्थान : मान, पत, कष्टातून उच्च पद, अभिमानी, निर्भय, अनैतिक संबंध, जबरदस्त शत्रू.

एकादश स्थान : श्रीमंत, दीर्घायुष्य, गुणवान, प्रवास, हुशार, निरोगी.

द्वादश स्थान : गुप्तमार्गाने धन, गूढविद्येत यश, धाडसी.

केतू

प्रथम स्थानः नुकसान, लोकापवाद, दैन्य, डोळ्यांचे विकार, लोभी, चिंतातूर, गृहकलह.

द्वितीय स्थान : अर्थव्यवहारात फटके, स्थावर मिळकती गमावणे, चिंतातूर व भेदरलेला.

तृतीय स्थान : अधिर, हुशार, अहितकारक प्रवास, भावंडाचा वियोग, धाडसी.

चतुर्थ स्थान : कुटुंब कलह, वडिलोपार्जित मिळकत गमावणे, द्वेष्टा.

पंचम स्थान : निपुत्रिक किंवा फक्त एक मूल.

षष्ठ स्थान : प्रसिद्ध, निश्चित ठाम मते, बिघडलेली प्रकृती, अनेक शत्रू, प्राणी व सरपटणाऱ्या प्राण्यांपासून धोका.

सप्तम स्थान : असमाधानकारक वैवाहिक जीवन, जीवनसाथीशी ताटातूट, अवैध प्रेम संबंध, चिंता.

अष्टम स्थान : फसवणुकीमुळे तोटा, अकस्मात मृत्यू, शारीरिक हानी, ताटातूट, अतिलोभ.

नवम स्थान : दुर्दैवी प्रवास, परदेशी तुरुंगवास, श्रीमंत, धार्मिक, चिंतातूर, अभिमानी, धाडसी, हुशार व भंपक.

दशम स्थान : फसवणुकीतून स्थानभ्रष्टता, धाडसी, हुशार, चाणाक्ष, श्रीमंत.

एकादश स्थान : फसवे मित्र, असंगाशी संग, श्रीमंत, लोकप्रिय, यश व प्राप्ती, थोडे व चिंतेचे कारण होणारे पुत्र.

द्वादश स्थान : शत्रूंमुळे नुकसान व पीडा, प्रकृती अस्वास्थ, आतल्या गाठीचा, पापी, बंधमुक्त वागणारा, नेत्र विकार, भांडणात विजयी.

बारा स्थाने आणि त्यांचे भावार्थ

प्रथम स्थान

★ व्यक्ती सुमारे एकोणतीस वर्षाची होईपर्यंत पत्रिकेतील हे स्थान सर्वात महत्त्वाचे स्थान असते. त्यानंतर दशमस्थान अधिकाधिक महत्त्वाचे ठरते.

★ या स्थानाची उदित राशी असते ती तुमच्या व्यक्तिमत्वाची दर्शक असते.

★ या उदित राशीप्रमाणे तुमची शारीरिक ठेवण व चेहरामोहरा ठरत असतो. लोकांना प्रथमदर्शनी तुम्ही कसे वाटता हे एका अर्थाने या राशीवरून ठरत असते.

उदा.: मिथुन ही जर उदितराशी असेल तर ती व्यक्ती सडपातळ चिवट बांध्यांची व काहीशी अस्वस्थ वाटणारी असते.

धनु ही जर उदितराशी असेल तर ती व्यक्ती आशावादी व धाडसाची कामे करण्यास तत्पर असलेली असेल.

★ प्रथमस्थान हे मेष राशी, वसंत ऋतु आणि मंगळ ग्रह यांच्याशी निगडित आहे. आयुष्याचा सारा जोम अत्यंत स्पष्टपणे या स्थानी प्रगट झालेला दिसतो. थोडक्यात या स्थानावरून व्यक्तिमत्त्व, लोकांचा प्रथमदर्शनी होणारा ग्रह, स्वभावगुण, शारीरिक ठेवण आणि व्यक्तीचे स्वत्व या गोष्टी ठरतात.

द्वितीय स्थान

★ हे स्थान वृषभ राशी आणि शुक्र ग्रह यांच्याशी निगडित आहे.

★ जीवनातल्या मुख्यत: ऐहिक बाजूंशी या स्थानाचा संबंध आहे.

★ व्यक्तीच्या वैयक्तिक जीवनाचा आधार असल्यासारखे हे स्थान आहे. धनसंपत्ती आणि व्यक्तीला जे जे महत्त्वाचे वाटते ते सर्व - स्वत:चे आत्मभान आणि आत्मसन्मानाचा मूलाधार हे स्थान आहे.

★ प्रथमस्थानातील व्यक्तित्व विशेषांचा प्रत्यक्षात कसा आविष्कार करायचा हे ठविण्यासाठीची साधनसामुग्री या स्थानात साठवलेली असते.

थोडक्यात : व्यक्तींची व्यावहारिक सुरक्षितता, अर्थलाभ, स्थावर गुंतवणूक क्षमता, संपत्ती, इत्यादी गोष्टींचे दर्शक हे स्थान आहे.

तृतीय स्थान

★ संपर्क, संबंध आणि नजीकची नाती या गोष्टी या स्थानावरून ठरतात.

★ मिथुन राशी आणि बुध ग्रह या स्थानाशी निगडित आहेत.

★ जवळचे प्रवास अथवा अशा प्रवासांचे वारंवार योग या स्थानाशी संबंधित आहेत.

★ व्यक्तीच्या जीवनाच्या सुरवातीच्या काळातील वातावरण व दैनंदिन परिस्थिती या संबंधी हे स्थान माहिती देते. व्यक्तीची भावंडे त्यात भाऊ बहिणींचे प्रमाण, शेजारी पाजारी, नजिकचे मित्र या संदर्भातील आडाखे या स्थानावरून बांधता येतात.

★ संपर्कस्थान या दृष्टीने व्यक्तीच्या स्वाभाविक क्षमता आणि

बौद्धिक क्षमता हे या स्थानावरून ठरते.

थोडक्यात : व्यक्तिगत विचार, शिक्षण, विवेकी वृत्तीची वाढ, जवळचे नातेवाईक या गोष्टींचे भान या स्थानावरून होते.

चतुर्थ स्थान

★ हे स्थान व्यक्तीच्या मानसिकतेच्या मूलाधारा संबंधाचे आहे.

★ हे कर्कराशीचे स्थान असून याचा स्वामी चंद्र आहे.

★ व्यक्तीच्या सातव्या वर्षांपर्यंतच्या जीवनाचे हे स्थान दर्शक आहे. एखाद्याचे व्यक्ती विशेष गुण, सहजवृत्ती हे सर्व या स्थानावरून ठरते.

★ जीवनाचा वसंत समजल्या जाणाऱ्या पहिल्या स्थानाप्रमाणेच हे स्थानही व्यक्तीच्या पाळामुळांशी संबंधित आहे. व्यक्तीच्या वंशपरंपरागत वैशिष्ट्यांच्या संदर्भात त्याचे व्यक्तिमत्त्व फुलारणार का खुंटणार हे या स्थानावरून ठरते.

★ परंपरेने हे स्थान व्यक्तीच्या मातेसंबंधीचे व कुटुंबासंबंधीचे मानले जाते.

उदा. या स्थानी वृषभराशी असणाऱ्यांना अत्यंत आरामदायी सोयीसुविधा असलेले व सुरक्षित घर हवेसे वाटते.

या स्थानी मीन राशी असणाऱ्यांना पाण्याच्या सान्निध्यात राहायला आवडते व अशा व्यक्ती अत्यंत संवेदनाशील व मृदू अंतःकरणाच्या असतात.

थोडक्यात : व्यक्तीच्या मानसिकतेचा मूलाधार, मातेचा प्रभाव, कौटुंबिक व रहिवासविषयक प्रश्न आणि मानसिक सुरक्षितता या गोष्टी या स्थानावरून ठरतात.

पंचम स्थान

★ हे रवीचे स्थान असून त्यात सिंह राशी असते.

★ व्यक्तीचे गुण आणि क्षमता यांच्या प्रकट आविष्काराशी संबंधित हे स्थान आहे.

★ हे कलांचे - विशेषत: करमणुकीच्या कलांचे स्थान आहे.

★ तरुणतरुणी आणि त्यांच्याशी असलेले नाते हा या स्थानाशी निगडित घटनांचा विषय असतो.

★ रोमांचक घटना हाही या स्थानाचा एक विशेष आहे. 'प्रेमिकांचे स्थान' असे या स्थानाचे पुष्कळदा वर्णन केले जाते.

★ सट्टा आणि जुगार ही पण या स्थानाशी संबंधित कार्यक्षेत्रे आहेत.

थोडक्यात : सर्जनशीलता, प्रेमाराधना, रोमांचक घटना, लहानमुले आणि ऐहिक सुखे या सर्व गोष्टी या स्थानाच्या अखत्यारित येतात.

षष्ठ स्थान

★ या स्थानाचा स्वामी बुध आहे व त्याच्याबरोबर कन्या राशी येथे असते.

★ हे आरोग्याचे स्थान आहे. साहजिकच व्यक्तीला निरोगी राहण्यासाठी आवश्यक त्या शारीरिक कृती व साहित्य साधने ही सर्व

या स्थानाकडून प्राप्त होतात.

★ व्यक्तीकडील पाळीव प्राणी आणि नोकर वगैरे यांच्याही बाबतीत या स्थानाचा प्रभाव असतो.

थोडक्यात : सेवाचाकरी, श्रम, आहार, प्रकृती, साधने, नोकऱ्या व यांची उपलब्धता या संबंधीचे हे स्थान आहे.

सप्तम स्थान

★ तूळ राशीचे हे स्थान असून याचा स्वामी शुक्र आहे.

★ विविध प्रकारच्या नात्यांशी संबंधित हे स्थान आहे.

★ एका अर्थी हे स्थान म्हणजे प्रथमस्थानाचा व्यत्यास आहे. प्रथमस्थानावरून व्यक्तीचे गुणविशेष कळतात तर या स्थानावरून व्यक्तीला कोणत्या गुणविशेषांचा अभाव जाणवतो हे लक्षात येते.

★ दुसऱ्यांच्या कोणत्या गुणविशेषांकडे व्यक्ती विशेष आकर्षित होते म्हणजेच कोणते गुणविशेष आत्मसात केल्यास स्वत: परिपूर्ण होऊ असे व्यक्तीला वाटते ते या स्थानावरून कळते.

★ तुमचे विरोधक आणि शत्रू कोण हे स्थान स्पष्ट करते. त्याचप्रमाणे कोणत्या प्रकारच्या संबंधातून तुमच्या पुढे आव्हाने उभी राहतील हेही या स्थानावरून स्पष्ट होते.

★ तुमच्या धंद्यांतील आणि जीवनातील भागीदार हे या स्थानाच्या प्रभावाखाली येतात.

थोडक्यात : विविध प्रकारचे नातेसंबंध, प्रवास, भागीदारी, विरोधक आणि कोर्टकचेरीतील तुमचे सामनेवाले या सर्व गोष्टींसंबंधी या स्थानावरून कळते.

अष्टम स्थान

★ हे वृश्चिक राशीचे स्थान आहे आणि मंगळ हा त्याचा स्वामी आहे.

★ भागीदारीतून अथवा इतरांकडून मिळणारे भांडवल, मदत इत्यादी या स्थानाचे क्षेत्र आहे.

★ पोटगी, अन्नवस्त्र इत्यादी व पुस्तकांचे मानधन, एजन्सी, कमिशन इत्यादी संयुक्त प्रकारच्या व्यवहारातील उत्पन्न हे या स्थानाचे कार्यक्षेत्र आहे.

★ मृत्यू, वारसाधन, इत्यादींशी हे स्थान संबंधित आहे.

★ आपल्या आयुष्यातील संक्रमणांशी विशेषत: एका अवस्थेतून पूर्ण अलग होऊन किंवा मानसिक दृष्ट्या आधीच्या अवस्थेतून 'मृत' होऊन नवीन अवस्थेत पुन:र्जन्म घेण्याच्या आपल्या मानसिक व आध्यात्मिक अवस्थांविषयी हे स्थान बरेच काही सांगते.

★ या स्थानावरूनच आपले लैंगिक जीवन व त्यासंदर्भातील आपला स्वाभाविक कल ठरत असतो.

थोडक्यात : कामजीवन, मृत्यू, शारीरिक व मानसिक अध:पतन स्वप्नसृष्टी व गूढविद्या हे सर्व विषय या स्थानाशी संबंधित आहेत.

नवम स्थान

★ धनुराशी आणि गुरुग्रह यांचे हे स्थान आहे.

★ लांबचे प्रवास, उच्च शिक्षण, धर्म आणि तत्त्वज्ञान या संदर्भातील प्रवृत्ती या स्थानावरून कळून येतात.

★ तुमच्या जीवनसाथीचे नातेवाईक व तुमचे दूरचे नातेवाईक याबाबत या स्थानावरून कळते.

★ परकीय भाषा, प्रकाशन, पुरातत्त्व विद्या इत्यादी क्षेत्रातील यशाबद्दल या स्थानावरून जाणता येते.

★ सामाजिक व्यवहार व नीतीमूल्ये ही या स्थानाच्या क्षेत्रात असल्यामुळे कायदा, न्याय इत्यादी बाबतच्या घटनांवर या स्थानाचा प्रभाव पडतो.

थोडक्यात : धर्म, तत्त्वज्ञान, उच्चशिक्षण, दूरचे प्रवास आणि कायदेशीर प्रश्न हे सर्व या स्थानाच्या क्षेत्रात येतात.

दशम स्थान

★ शनि व मकर रास यांच्या प्रभावाखालील हे स्थान आहे.

★ यावरून तुमचे व्यावसायिक जीवन व समाजातील स्थान या गोष्टी स्पष्ट होतात.

★ तुमचे व तुमच्या पित्याचे संबंध, पित्याचे व्यक्तिमत्त्व व पित्याची रास हे सर्व या स्थानावरून कळू शकते.

★ तुमच्या चतुर्थस्थानावरून मिळणारी माहिती व या स्थानावरून मिळणारी माहिती यांची तुलना केल्यास तुमचे माता-पिता व त्यांचे

संबंध याबद्दल बरेच काही कळू शकते.

★ हे शिशिराचे पहिले स्थान आहे. त्यामुळे यावरून तुम्ही तुमच्या विविध शक्ती एकवटून तुमच्या सर्जनशीलतेवर कसे लक्ष केंद्रित करावे याबद्दल दिशादर्शन मिळू शकते.

★ तुम्ही समाजजीवनाला काय देऊ शकणार आहात व तुम्हाला योग्य व्यवसाय कोणता या बाबतचे मार्गदर्शन या स्थानावरून मिळू शकते.

★ या स्थानाला 'अर्थस्थान' असे म्हटले जाते व तुमच्या आर्थिक व्यवहारांच्या संदर्भात या स्थानावरून कळू शकते.

थोडक्यात व्यावसायिक जीवन, समाजातील स्थान, ध्येये आणि जबाबदाऱ्या पार पाडण्याची क्षमता या संदर्भात या स्थानावरून जाणता येते.

एकादश स्थान

★ कुंभ राशी व शनी यांच्या प्रभावाखालील हे स्थान आहे.

★ या स्थानाचे मुख्य विषय म्हणजे व्यक्तीचे सामाजिक लागेबांधे आणि ती व्यक्ती आपल्या जीवनात जे नवीन संबंध जोडते ते.

★ आपल्या आशा, इच्छा, आकांक्षा इत्यादी या स्थानातून व्यक्त होतात.

★ आपल्या पाचव्या स्थानात दिसून येणाऱ्या सर्जनशील शक्तींना व्यापकता देण्याचे काम या स्थानात घडते.

थोडक्यात : सामाजिक जीवन, मित्र, सहकारी, मंडळे, उत्पन्न व व्यवसाय हे विषय या स्थानाच्या क्षेत्रात येतात.

द्वादश स्थान

★ गुरु आणि मीन राशींच्या प्रभावाखालील हे स्थान आहे.

★ आपल्या जन्मपत्रिकेतील सर्वात रहस्यमय असे हे स्थान आहे. आपले गुप्त शत्रू व आपल्या व्यक्तिमत्त्वातील आपल्याला अपकारक ठरणारे विशेष या दोन्हींचे कार्यक्षेत्र म्हणजे हे स्थान.

★ गुप्त संबंध, छुपी प्रेमप्रकरणे, रुग्णालये, मठ, आश्रम, निवारे इत्यादी सर्व या स्थानाच्या कक्षेत येतात.

★ गुप्त खजिने, गुप्तधन इत्यादी संदर्भात हे स्थान लाभकारक ठरू शकते.

★ या स्थानी जर बलवान शुक्र किंवा गुरु असेल तर आपल्याला अनपेक्षित धन वा मदत मिळू शकते.

★ आध्यात्मिक संचितानेही हे स्थान भारल्याने या स्थानाच्या प्रभावामुळे आश्चर्यकारक वाटेल असे आतल्या आवाजाचे अथवा आध्यात्मिक दर्शनाचे मार्गदर्शन मिळू शकते.

★ याला 'कर्मस्थान' असेही म्हटले जाते. आपल्या भूतकाळातील अनेक घटना येथे साठविलेल्या असतात आणि त्यांचे प्रत्यय व परिणाम या स्थानातून दिसून येतात.

थोडक्यात : आध्यात्मिक जीवन, सुप्त मन, अज्ञात स्थळे आणि अनपेक्षित, गहन गूढ प्राप्ती इत्यादी या स्थानाची क्षेत्रे आहेत.

■

बारा राशी व त्यांची वैशिष्ट्ये

मेष

जन्म दिनांक २१ मार्च ते २० एप्रिल

★ मेंढा हे या राशीचे चिन्ह आहे व तो शक्तीचा दर्शक आहे.

★ मंगळवार, शुक्रवार व शनिवार हे या राशीचे शुभवार आहेत.

★ ९ आणि १ हे या राशीचे शुभक्रमांक आहेत.

★ सोनेरी, पिवळा, तांब्यासारखा व लाल हे रंग या राशीला शुभकर आहेत.

वृषभ

जन्म दिनांक २१ एप्रिल ते २० मे

★बैल हे या राशीचे चिन्ह आहे. अभिजात अभिरुची व आचरण हे या राशीचे वैशिष्ट्य आहे.

★ सोमवार, बुधवार, शुक्रवार, शनिवार व हे राशीला अनुकूल दिवस आहेत.

★ या राशीचे शुभक्रमांक २ व ८ आहेत.

★ गुलाबी, हिरवा व पांढरा हे रंग या राशीला शुभकारक ठरतात.

मिथुन

जन्म दिनांक २१ मे ते २४ जून

★ जुळे (युग्म) हे या राशीचे चिन्ह आहे व त्यातून मित्रत्व हे वैशिष्ट्य सुचविले आहे.

★ सोमवार, बुधवार, गुरुवार व शुक्रवार हे या राशीला अनुकूल वार आहेत.

★ या राशीचे शुभक्रमांक ७ व ३ आहेत.

★ शुभ रंग निळा, हिरवा व गुलाबी हे आहेत.

कर्क

जन्म दिनांक २२ जून ते २४ जुलै

★ खेकडा हे या राशीचे चिन्ह आहे आणि ते संवेदनशीलतेचे दर्शक आहे.

★ सोमवार, मंगळवार, बुधवार व गुरुवार हे या राशीचे अनुकूल वार आहेत.

★ शुभक्रमांक ४ व ६ हे आहेत.

★ पिवळट पांढरा, शुभ्र, लाल व पिवळा हे या राशीचे शुभ रंग आहेत.

सिंह

जन्मदिनांक २२ जुलै ते २२ ऑगस्ट

★ धैर्याचे प्रतीक सिंह हे या राशीचे चिन्ह आहे.

★ या राशीचे अनुकूल वार हे मंगळवार, बुधवार, गुरुवार व शुक्रवार आहेत.

★या राशीचे १,४,५,६ व ९ हे सर्व शुभक्रमांक आहेत.

★ पांढरा, नारिंगी, लाल व हिरवा हे शुभकारक रंग आहेत.

कन्या

जन्म दिनांक २३ ऑगस्ट ते २२ सप्टेंबर

★ कुमारिका हे या राशीचे दर्शक चिन्ह आहे व त्यातून समर्पित भावाचे सूचन आहे.

★ या राशीला अनुकूल वार हे सोमवार बुधवार, गुरुवार व शुक्रवार हे आहेत.

★ या राशीचे शुभक्रमांक २,३,५,६ व ७ हे आहेत.

★ पिवळा, पांढरा व हिरवा हे शुभकर रंग आहेत.

तूळ

जन्म दिनांक २३ सप्टेंबर ते २२ ऑक्टोबर

★ तराजू हे या राशीचे दर्शक चिन्ह आहे व त्यातून संतुलित स्वभाव दिसून येतो.

★ रविवार, सोमवार, मंगळवार व बुधवार हे या राशीचे अनुकूल वार आहेत.

★ या राशीचे शुभक्रमांक १, २, ४ व ७ हे आहेत.

★ नारिंगी, पांढरा व लाल हे शुभ रंग आहेत.

वृश्चिक

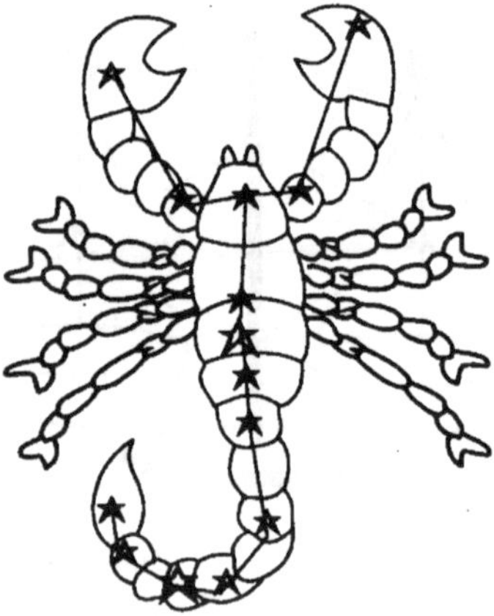

जन्म दिनांक २३ ऑक्टोबर ते २२ नोव्हेंबर

★ तिरसट, चिडखोर स्वभावाचा दर्शक विंचू हा या राशीचे चिन्ह आहे.

★ मंगळवार हा एकमेव वार या राशीचा शुभवार आहे.

★ शुभक्रमांक ४ हा आहे.

★ काळा आणि तपकीरी तांबडा हे शुभकर रंग आहेत.

धनु

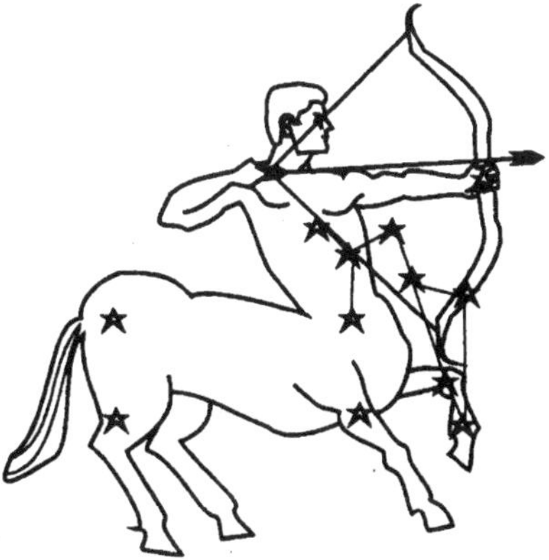

जन्मदिनांक २३ नोव्हेंबर ते २१ डिसेंबर

★ धनुष्य हे या राशीचे प्रतीक आहे व एकाग्रता हा त्याचा अर्थ आहे.

★ या राशीचे शुभवार आहेत बुधवार, गुरुवार, शुक्रवार व रविवार

★ शुभक्रमांक ३,५, ६ व ८ हे आहेत.

★ शुभकर रंग आहेत पांढरा, पिवळट, नारिंगी आणि फिक्का निळा

मकर

जन्म दिनांक २२ डिंसेबर ते १९ जानेवारी

★ पाश्चात्य समजुतीप्रमाणे या राशीचे चिन्ह टेकडी चढणारा बकरा हे आहे आणि ते महत्त्वाकांक्षा व प्रगतीचे प्रतीक आहे.

★ शुभवार आहेत, मंगळवार, बुधवार शुक्रवार, व शनिवार

★ शुभक्रमांक आहेत ६,९ व ८

★ शुभरंग आहेत पांढरा, काळा, लाल व निळा

कुंभ

जन्म दिनांक २० जानेवारी ते १९ फेब्रुवारी

★ मानवता या गुणविशेषाचे प्रतीक असा जलकुंभ खांद्यावर घेतलेला माणूस हे या राशीचे चिन्ह आहे.

★ सोमवार मंगळवार गुरुवार आणि शुक्रवार हे शुभवार आहेत.

★ शुभक्रमांक आहेत ३,९, २ व ७

★ शुभकर रंग आहेत पिवळा, पांढरा, तांबडा व पिवळट

मीन

जन्मदिनांक २० फेब्रुवारी ते २० मार्च.

★ या राशीचे चिन्ह आहे विरुद्ध दिशेने जाणारे दोन मासे. हे चिन्ह शांती दर्शविते.

★ शुभवार आहेत रविवार, मंगळवार व गुरुवार

★ शुभक्रमांक आहेत १, ३, ४ आणि ९

★ शुभकर रंग आहेत तांबडा, पिवळा, गुलाबी व नारिंगी

यशप्राप्ती

राजकीय यश

★ दशमस्थानाचा स्वामी बलवान असून आणि शुभग्रहांशी काटकोनात अगर त्रिकोणयोगात असल्यास.

★ पत्रिकेत चार ग्रह उच्चीचे असल्यास.

★ काटकोनातील स्वामी व त्रिकोणातील स्वामी एकच येत असतील.

★ बुध व गुरु यांची २ऱ्या, ५ व्या, ९व्या वा १० व्या स्थानी युती होत असेल.

★ राहू आणि केतू हे काटकोनात किंवा त्रिकोण योगात इतर कोणत्याही ग्रहाशी युती करत असतील.

★ ९व्या व १०व्या स्थानांच्या स्वामींची २ऱ्या, ५व्या, ९व्या आणि १० व्या स्थानी युती होत असेल.

★ रवि अथवा मंगळ १० व्या स्थानी असून त्याचा स्वामी बलवान असून तो काटकोनात अथवा त्रिकोणात अथवा द्वितीय स्थानी असेल.

★ केतू गुरुपासून ३ऱ्या स्थानी असेल आणि शनि आणि राहू-केतू पासून ७ व्या स्थानी अथवा गुरुपासून ९व्या स्थानी असेल.

भरभराट

★ शुभग्रह चंद्रापासून ६व्या, ७व्या आणि ८व्या स्थानी असेल.

★ चंद्राच्या दोन्ही बाजूला म्हणजे चंद्रापासून २ऱ्या व १२व्या स्थानी ग्रह असतील.

राजयोग

★ शनि कुंभराशीत असून चार ग्रह उच्चीच्या राशींमध्ये असतील.

★ उदितीच्या मेषराशीत मंगळ आणि गुरु उच्चीच्या राशीत.

★ जन्माच्या वेळी बुध, चंद्र, मंगळ, गुरु व शनि अनुक्रमे कन्या, मीन, मिथुन, धनु आणि मकर राशीत असतील.

★ उदितीच्या मीन राशीत पौर्णिमेचा बलवान चंद्र असून मंगळ, शनि मकरेत व कुंभेत अनुक्रमे असतील.

★ जन्मवेळी उदित मकर राशीत मंगळ व चंद्र कर्क राशीत.

★ उदित लग्नाचा स्वामी सोडून इतर कोणत्या ग्रहाबरोबर पौर्णिमेच्या चंद्राची युती असेल व त्यावर शुक्र, बुध आणि गुरुची दृष्टी असेल.

★ जन्माच्यावेळी मंगळ उच्चीच्या राशीत असून त्यावर रवि, चंद्र आणि गुरुची दृष्टी असेल.

★ जन्माच्या वेळी उदित कन्या राशीत बुध व गुरु आणि चंद्र सातव्या स्थानी, शुक्र १०व्या स्थानी व मंगळ आणि शनी ५व्या स्थानी.

★जन्मवेळी चंद्र आणि गुरु कर्क राशीत, रवि मेष राशीत, मंगळ मकर अथवा वृषभ राशीत, शुक्र मीन राशीत आणि शनी तूळ राशीत.

★ जन्मवेळी शनि कुंभ राशीत, मंगळ मकर राशीत, व रवि आणि चंद्र धनुराशीत.

★ जन्मवेळी शनि कुंभ राशीत, रवि मेष राशीत, चंद्र वृषभ राशीत, बुध मिथुन राशीत, गुरु सिंह राशीत आणि मंगळ वृश्चिक राशीत.

★ गुरु धनु राशीत, शनि कुंभ राशीत, शुक्र तूळ राशीत आणि केतू मीन राशीत.

★ रवि मेष राशीत, चंद्र वृषभ राशीत, राहू कन्या राशीत, शनि तूळ राशीत आणि मंगळ वृश्चिक राशीत.

स्थावर मिळकत

★ चौथ्या स्थानाचा स्वामी उच्चीचा किंवा जन्मराशीच्या स्वामीच्या युतीत व त्यावर गुरुची वा शुक्राची दृष्टी किंवा चौथ्या स्थानाचा स्वामी व जन्मराशीचा स्वामी यांची गुरु किंवा शुक्राबरोबर यूती.

★ चौथ्या स्थानी गुरु आणि चौथ्या स्थानाचा स्वामी शुभग्रहाच्या युतीत आणि शुक्राची दृष्टी असलेला.

★ चौथ्या स्थानाच्या स्वामीपदी शुक्र, मंगळ उच्चीचा व त्यावर गुरुची दृष्टी.

शिक्षण

★ पंचमस्थानाचा स्वामी उच्चीचा व त्यावर गुरुची दृष्टी.

★ गुरुसह चौथ्या स्थानाचा स्वामी आणि त्यावर शुक्राची दृष्टी.

★ शनि, राहू, चंद्र व बुध या सर्वांची दृष्टी असलेला मंगळ.

★ शनि व मंगळ उच्चीचे आणि पंचमस्थानाचा स्वामी चंद्राच्या युतीत.

★ ४थ्या व ५व्या स्थानांचे स्वामी आणि गुरु हे सर्व चौथ्या स्थानी किंवा त्यांची १०व्या स्थानाच्या चतुर्थातून चौथ्या स्थानावर दृष्टी.

संपत्ती

★ जन्मस्थानाचा स्वामी दुसऱ्या स्थानात, द्वितीय स्थानाचा स्वामी ८ व्या स्थानात व त्यावर रवि व शुक्र यांची दृष्टी.

★ ११व्या स्थानाचा स्वामी उच्चीचा आणि शुक्र २ऱ्या स्थानी गुरुच्या युतीत किंवा त्याची दृष्टी असलेला.

★ ११व्या स्थानाचा स्वामी शुक्रासह, गुरु जन्मराशीत आणि २ऱ्या स्थानाचा स्वामी स्वगृही.

★ २ऱ्या स्थानाचा स्वामी गुरु असून तो स्वस्थानी मंगळाच्या युतीत.

★ २ऱ्या स्थानाचा स्वामी शुभस्थानी व उच्चीचा व त्यावर गुरुची दृष्टी.